അത്ഭുത ഗണിതം

atbhutha ganitham

•

palliyara sreedharan

•

first chintha edition
february 2020

•

typesetting
star communications, thiruvananthapuram

•

published
chintha publishers, thiruvananthapuram

•

cover
vinod mangoes

Distribution

DESHABHIMANI BOOK HOUSE

H O Thiruvananthapuram 695035
phone: 0471-2303026, 6063026
Email: chinthapublishers@gmail.com
Website: www.chinthapublishers.com

Branch

Head Office Kunnukuzhi • Statue Thiruvananthapuram • KSRTC Bus Station Alappuzha • KSRTC Bus Station Ernakulam • Machingal Lane Thrissur • IG Road Kozhikode • Mavoor Road Kozhikode • NGO Union Building Kannur • Central Bus Terminal Complex Thavakkara Kannur

---

CO - 2913 / 5208
ISBN - 978-93-89410-69-3

അത്ഭുത ഗണിതം

പള്ളിയറ ശ്രീധരൻ

ചിന്ത പബ്ലിഷേഴ്സ്
തിരുവനന്തപുരം-695 035

പള്ളിയറ ശ്രീധരൻ

1950 ജനുവരി 17 ന് കണ്ണൂർ ജില്ലയിലെ എടയന്നൂരിനടുത്ത് ജനിച്ചു. കൂടാളി ഹൈസ്കൂളിൽ അദ്ധ്യാപകനായിരുന്നു. ജോലിയിൽനിന്ന് വളണ്ടറി റിട്ടയർമെന്റ് വാങ്ങി ഗ്രന്ഥരചനയിൽ കൂടുതൽ ശ്രദ്ധിക്കുന്നു. ഡൽഹിയിൽനിന്ന് ഓറിയന്റേഷൻ കോഴ്സ് (CCRT), റിസോഴ്സ് പേഴ്സൺ ട്രെയിനിങ് കോഴ്സ് (NCERT) എന്നിവയടക്കം നിരവധി കോഴ്സുകളിലും സെമിനാറുകളിലും പങ്കെടുത്തിട്ടുണ്ട്. പാഠപുസ്തകങ്ങൾ ഉൾപ്പെടെ സംസ്ഥാന വിദ്യാഭ്യാസ ഇൻസ്റ്റിറ്റ്യൂട്ടിനു വേണ്ടിയും NCERTക്ക് വേണ്ടിയും ഗ്രന്ഥരചനയിൽ സഹകരിച്ചിട്ടുണ്ട്. ദൃശ്യ-പത്രമാധ്യമങ്ങളിൽ സജീവം. ഇന്ത്യൻ ഭാഷകളിൽ ഏറ്റവും കൂടുതൽ ഗണിതകൃതികളുടെ രചയിതാവ്. മലയാളത്തിൽ ഗണിതശാസ്ത്രസാഹിത്യശാഖ രൂപപ്പെടുത്തി. ഇപ്പോൾ കേരള സംസ്ഥാന ബാലസാഹിത്യ ഇൻസ്റ്റിറ്റ്യൂട്ടിന്റെ ഡയറക്ടറായി പ്രവർത്തിക്കുന്നു.

ഭീമ പ്രത്യേക പുരസ്കാരം, ഭാരത് എക്സലൻസ് അവാർഡ്, സുഭദ്രകുമാരി ചൗഹാൻ ജന്മശതാബ്ദി പുരസ്കാരം, ഹൈസ്കൂൾ അദ്ധ്യാപകർക്കുള്ള സംസ്ഥാന അവാർഡ്, സംസ്ഥാന ബാലസാഹിത്യ ഇൻസ്റ്റിറ്റ്യൂട്ടിന്റെ വൈജ്ഞാനിക സാഹിത്യ അവാർഡ് (*സംഖ്യകളുടെ കഥ*), കേരള സാഹിത്യ അക്കാദമി അവാർഡ് (*പൂജ്യത്തിന്റെ കഥ*), ആശ്രയ ബാലസാഹിത്യ അവാർഡ് (*അത്ഭുത സംഖ്യകൾ*), അദ്ധ്യാപക കലാസാഹിത്യ സമിതി അവാർഡ് (*സംഖ്യകളുടെ ജാലവിദ്യകൾ*), സമന്വയ ബാലസാഹിത്യ അവാർഡ്, മികച്ച ശാസ്ത്രഗ്രന്ഥത്തിനുള്ള സംസ്ഥാന സർക്കാരിന്റെ അവാർഡ്, കെ തായാട്ട് അവാർഡ് എന്നിവ നേടിയിട്ടുണ്ട്. നൂറ്റമ്പതോളം കൃതികൾ പ്രസിദ്ധീകരിച്ചിട്ടുണ്ട്.

വിലാസം : ഡയറക്ടർ,
സംസ്ഥാന ബാലസാഹിത്യ ഇൻസ്റ്റിറ്റ്യൂട്ട്,
പാളയം, തിരുവനന്തപുരം.

ഫോൺ : 9847178201,
Website : www.palliyarasreedharan.in
E-mail : palliyarasreedharan@gmail.com.

ഉള്ളടക്കം

പ്രസാധകക്കുറിപ്പ്

കണക്കിലെ കളികൾ അതീവ രസകരങ്ങളാണ്. കണക്കുകൾക്കു പിന്നിലെ തന്ത്രങ്ങൾ അറിഞ്ഞാൽ ഈ വിഷയം അത്യാകർഷകമാകും. ഗണിതത്തിന്റെ രസകരമായ വഴികളെ അതീവ രസകരമായി അവതരിപ്പിക്കുന്ന ഗ്രന്ഥമാണ് *അത്ഭുത ഗണിതം.* നിത്യജീവിതത്തിൽ പരിചിതമായ അനവധി പ്രയോഗശൈലികൾക്കു പിന്നിലുള്ള ഗണിതത്തെ ലളിതമായി അവതരിപ്പിക്കുന്ന ഈ ഗ്രന്ഥം കുട്ടികൾക്കും മുതിർന്നവർക്കും ഏറെ പ്രയോജനകരമാണ്. വായനാ സമൂഹത്തിനായി ഈ കൃതി സമർപ്പിക്കുന്നു.

ചിന്ത പബ്ലിഷേഴ്സ്

വാക്കുകളിൽ സംഖ്യ

മനുഷ്യർ ആശയങ്ങൾ വ്യക്തമാക്കുന്നത് വാക്കുകളിലൂടെയാണല്ലോ. അക്ഷരങ്ങൾ ചേർന്നതാണ് വാക്കുകൾ. ഒരേ ആശയം വ്യക്തമാക്കുവാൻ വിവിധ ഭാഷകളിൽ വ്യത്യസ്തവാക്കുകൾ ഉപയോഗിക്കുന്നു. ഉദാഹരണമായി അഞ്ച് എന്ന ആശയം വ്യക്തമാക്കുവാൻ എല്ലാ ഭാഷകളിലും വ്യത്യസ്ത വാക്കുകളും ചിഹ്നങ്ങളുമുണ്ട്.

ഗണിതത്തിന്റെ അടിസ്ഥാനം സംഖ്യകളാണല്ലോ. സംഖ്യകളെ രേഖപ്പെടുത്താൻ ഉപയോഗിക്കുന്ന വാക്കുകൾക്കുപകരം അഥവാ ചിഹ്നങ്ങൾക്കു പകരം മറ്റെന്തെങ്കിലും വഴികളുണ്ടോ? തീർച്ചയായും മൂന്ന് വഴികളെങ്കിലുമുണ്ട്.

ഇതിലൊരു വഴി നാം ഉദ്ദേശിക്കുന്ന സംഖ്യയിലെ അക്കങ്ങളെ സൂചിപ്പിക്കുന്ന അത്രയും അക്ഷരങ്ങളുള്ള വാക്കുകൾ എഴുതുകയാണ്. ഇതിന് ഉദാഹരണമായി ചൂണ്ടിക്കാണിക്കാനുള്ളത് ഗണിതത്തിലെ പ്രശസ്തമായ പൈ എന്ന സംഖ്യയുടെ വിലയാണ്. പൈയുടെ ഏകദേശ വില 3.1415926 ആണ്. ഇതിനെ സൂചിപ്പിക്കാൻ May I have a large container of coffee എന്നെഴുതുന്നു. ഈ ഒരു വാചകം കണ്ടാൽ ഗണിതവുമായി എന്തെ

ങ്കിലും ബന്ധമുണ്ടെന്ന് തോന്നുകയില്ല. പക്ഷേ, ഇത് പൈയുടെ ഏഴ് സ്ഥാനം വരെയുള്ള വിലകൾ കാണാൻ ഉപയോഗിക്കാം. പൈയുടെ വില സൂചിപ്പിക്കുന്നതിനുള്ള മറ്റ് വഴികളെപ്പറ്റി പിന്നീട് സൂചിപ്പിക്കാം.

വാക്കുകളിലെ അക്ഷരങ്ങളുടെ എണ്ണം ഉപയോഗിച്ച് സംഖ്യ കണ്ടെത്തുന്ന രീതി നമുക്ക് മലയാളത്തിലും ഉപയോഗിക്കാം. ഉദാഹരണമായി 3223എന്ന സംഖ്യയെ സൂചിപ്പിക്കാൻ "ഗണിതം ഒരു നല്ല വിഷയം." എന്ന് എഴുതാം. 232 ആണ് വേണ്ടതെങ്കിൽ "ഇന്ന് അവധി അല്ല" എന്നാവാം.

നമ്മുടെ നിത്യജീവിതത്തിൽ ധാരാളം സംഖ്യകൾ ഓർത്തുവയ്ക്കേണ്ടി വരാറുണ്ട്. വീട്ടുനമ്പർ, വൈദ്യുതി കണക്ഷൻ നമ്പർ, ക്രെഡിറ്റ്കാർഡ് നമ്പർ ഇവ ചില ഉദാഹരണങ്ങൾ മാത്രം. ഇവ ഓർക്കാൻ അനുയോജ്യമായ വാക്കുകളും വാചകങ്ങളും കണ്ടുപിടിച്ചാൽ നമ്പറുകൾ എളുപ്പമാവും. മലയാള വാക്കുകളോ ഇംഗ്ലീഷ് വാക്കുകളോ ആവാം.

ഗണിതത്തിൽ ഉപയോഗിക്കുന്ന അക്കങ്ങളെ വാക്കുകൾ വഴി സൂചിപ്പിക്കാനുള്ള ഒരു വഴി നാം കണ്ടുകഴിഞ്ഞു. വാക്കുകളിലെ അക്ഷരങ്ങളുടെ എണ്ണമാണ് നാം ഇതിന് ഉപയോഗിച്ചത്. അക്കങ്ങൾക്ക് പകരം അക്ഷരങ്ങൾ തന്നെ ഉപയോഗിച്ചാലോ? കണക്ക് പലപ്പോഴും വിരസമായി അറിയപ്പെടുന്നത് അക്കങ്ങളും സങ്കീർണ്ണമായ ക്രിയകളുമാണ്.

ഗണിതത്തിൽത്തന്നെ അക്കങ്ങൾക്ക് പകരം അക്ഷരങ്ങൾ ഉപയോഗിക്കുന്ന ഒരുരീതി നമുക്കുണ്ട്. ഇതിന് നമുക്ക് ഗണിതശാസ്ത്രത്തിന്റെ ഒരു പ്രമുഖശാഖതന്നെയുണ്ട്. ബീജഗണിതം അഥവാ ആൾജിബ്രാ (Algebra). ഇതിൽ അക്കങ്ങൾ അഥവാ സംഖ്യകൾക്ക് പകരം അക്ഷരങ്ങളാണ് ഉപയോഗിക്കുന്നത്. ഉദാഹരണമായി ഞാൻ ഒരു സംഖ്യ മനസ്സിൽ വിചാരിക്കുന്നു എന്ന് പറയുമ്പോൾ ആ സംഖ്യയെ X എന്ന് രേഖപ്പെടുത്തുന്നു. ഈ അറിയാത്തവനെ തേടിയുള്ള യാത്രയാണ് ബീജഗണിതത്തിൽ വിശദമാക്കുന്നത്.

ഇവിടെ X എന്ന ഒരക്ഷരത്തിന് ഏത് സംഖ്യയും ആവാം എന്നാണ് കണക്കാക്കിയിട്ടുള്ളത്. അതായത് X ന്റെ വില സന്ദർഭത്തെ ആശ്രയിച്ചിരിക്കുന്നു. ഒരു ഉദാഹരണത്തിൽ X = 5 ആയാൽ മറ്റൊരുദാഹരണത്തിൽ X = 10 ആവാം. മറ്റ് ഏത് വിലകളും ആകാം. അതിനാൽ ഒരക്ഷരത്തിന് ഒരു വില എന്ന ആശയം ബീജഗണിതത്തിൽ പ്രായോഗികമല്ല.

സംഖ്യകൾക്ക് വാക്കുകൾ

ആകാശത്തെ പലപ്പോഴും ശൂന്യാകാശം എന്ന് വിശേഷിപ്പിക്കാറുണ്ട്. അതുകൊണ്ടാണല്ലോ കവി 'തലയ്ക്ക് മീതേ ശൂന്യാകാശം' എന്ന് പാടിയത്. ഏതായാലും പൂജ്യത്തെ സൂചിപ്പിക്കാൻ ആകാശം എന്ന വാക്ക് ഉപയോഗിച്ചിരുന്നു. ഇങ്ങനെ സംഖ്യകളെ സൂചിപ്പിക്കാൻ സംഖ്യാശബ്ദങ്ങളല്ലാത്ത വാക്കുകളും ഉപയോഗിക്കുന്ന പതിവ് ഭാരതത്തിലുണ്ട്. ഇങ്ങനെ ഉപയോഗിക്കുന്ന സംഖ്യകൾ ഭൂതസംഖ്യകൾ അഥവാ ശബ്ദ സംഖ്യകൾ എന്നറിയപ്പെടുന്നു.

ഭാസ്കരാചാര്യരുടെ പ്രസിദ്ധ ഗണിതശാസ്ത്ര ഗ്രന്ഥമായ *ലീലാവതി* ഒരു സംസ്കൃത കാവ്യഗ്രന്ഥം കൂടിയാണ്. ഇതിൽ കണക്കുകളെല്ലാം ശ്ലോകത്തിലാണുള്ളത്. ഉരുവിട്ട് പഠിക്കാനും ഓർത്ത് വെക്കാനും കവിതകളാണ് കൂടുതൽ സൗകര്യം. പ്രാചീനഭാരതത്തിലുള്ള മിക്കവാറും പ്രാമാണിക ഗ്രന്ഥങ്ങളും പദ്യരൂപത്തിലാണ് എഴുതപ്പെട്ടിട്ടുള്ളത്.

പ്രാചീന ഗണിതഗ്രന്ഥങ്ങളിൽ സംഖ്യകളെ സൂചിപ്പിക്കാൻ പ്രത്യേകം വാക്കുകൾ ഉപയോഗിച്ചിരുന്നു. ഒരു പ്രത്യേക പദത്തിന്റെ, പര്യായങ്ങളും അതേ സംഖ്യ സൂചിപ്പിക്കും. ആകാശം പൂജ്യത്തെ സൂചിപ്പിക്കുന്നു എന്ന് നാം മനസ്സിലാക്കിയല്ലോ. ആകാശവും ആകാശത്തിന്റെ പര്യായവുമെല്ലാം പൂജ്യത്തെ

(ശൂന്യത്തെ) സൂചിപ്പിക്കുന്നു. അതായത് ഗഗനം, വാനം, വ്യോമം എന്നൊക്കെ കണ്ടാൽ അത് പൂജ്യത്തെ സൂചിപ്പിക്കുന്നു എന്ന് മനസ്സിലാക്കണം. സംഖ്യകളെ സൂചിപ്പിക്കാൻ ഏതെല്ലാം വാക്കുകൾ സൂചിപ്പിക്കുന്നു എന്ന് വ്യക്തമാക്കുന്ന ഒരു കവിത പ്രചാരത്തിലുണ്ട്. അത് താഴെ കൊടുക്കുന്നു.

ഇന്ദ്രവാരണമതിന്ദ്രവാജിയും
ചന്ദ്രശേഖര തനൂജദന്തവും
അർക്കദേവരഥ ചക്രശുക്രനേ
ത്രങ്ങളെന്നിവകളേകമായ്‌വരും

നമുക്ക് ഭൂമിയും ചന്ദ്രനും ഒക്കെ ഒന്നല്ലേയുള്ളൂ. അതിനാൽ ഭൂമി, ചന്ദ്രൻ എന്നിവയും ഇവയുടെ പര്യായങ്ങളും 'ഒന്നി' നെ സൂചിപ്പിക്കുന്നു. കൂടാതെ ദേവേന്ദ്രന്റെ ആന (ഐരാവതം), ഗണപതിയുടെ കൊമ്പ്, ശുക്രമുനിയുടെ കണ്ണ് എന്നിവയെല്ലാം ഒന്നിനെ സൂചിപ്പിക്കും.

ചിറകും പുഴയുടെ കരയും
തരുണീ കുചവും മൃഗങ്ങൾ തൻ കൊമ്പും
സാധാരണ കൺ, കാതെ,
ന്നിവ പറയാം രണ്ടു കൊണ്ടെന്നും

പക്ഷികളുടെ ചിറക്, പുഴയുടെ കരകൾ, സ്ത്രീകളുടെ മുലകൾ, മൃഗങ്ങളുടെ കൊമ്പ്, കണ്ണുകൾ, ചെവികൾ എന്നിവയെല്ലാം രണ്ടാണല്ലോ. അതിനാൽ രണ്ടിനെ സൂചിപ്പിക്കാൻ ഈ പദങ്ങൾ ഉപയോഗിക്കുന്നു.

കാലാഗ്നി ദോഷാദികളും ഗുണങ്ങൾ
കാലവാരിതൻ കൺമധു മൂർത്തിയേവം
ശൂലാഗ്രവും ജാഹ്നവി തന്റെ മാർഗ്ഗം
ഭൂലോക കോണങ്ങളുമത്ര മൂന്നാം.

കാലം (ഭൂതം, വർത്തമാനം, ഭാവി), അഗ്നി (ദക്ഷിണാഗ്നി, ഗാർഹപത്യം, ആഹാപനീയം), ത്രിദോഷങ്ങൾ (വാതം, പിത്തം, കഫം), ഗുണങ്ങൾ(സത്വം, രജസ്സ്, തമസ്സ്) , മധു (നെയ്യ്, പഞ്ചസാര, തേൻ), ത്രിമൂർത്തികൾ (ബ്രഹ്മാവ്, വിഷ്ണു, മഹേശ്വരൻ), ത്രിശൂലം (ത്രിശൂലത്തിന് മൂന്ന് തലപ്പുകൾ), ഭൂലോകം

(സ്വർഗ്ഗം, ഭൂമി, പാതാളം) എന്നിവ മൂന്നിനെ സൂചിപ്പിക്കുന്നു.

ബ്രഹ്മാവുതൻ മുഖവുപായവിമിന്ദ്രദന്തി
ദന്തം, യുഗം, ഹരികരം പുരുഷാർത്ഥമേവം
സേനാംഗവും മൃഗപദം ശ്രുതി ജാതിദേഹം
നാലെന്നിതാശ്രമവുമശ്രമമത്ര ചൊല്ലാം

ബ്രഹ്മാവിന് നാല് മുഖമാണല്ലോ ഉള്ളത്. അതിനാൽ നാലിനെ സൂചിപ്പിക്കാൻ ബ്രഹ്മാവ് എന്ന പദം ഉപയോഗിക്കാം. ഉപായങ്ങൾ (സാമ, ദാന, ഭേദം, ദണ്ഡം) യുഗങ്ങൾ (കൃതം, ദ്വാപരം, ത്രേതം, കലി) പുരുഷാർത്ഥങ്ങൾ (ധർമ്മം, അർത്ഥം, കാമം, മോക്ഷം) സേനാംഗങ്ങൾ (ആന, കുതിര, തേര്, കാലാൾ) ശ്രുതികൾ (ഋക്ക്, യജുസ്, സാമം, അഥർവണം) ജാതികൾ (ക്ഷത്രിയർ, ബ്രാഹ്മണർ, വൈശ്യർ, ശൂദ്രർ) ദേഹങ്ങൾ (ജരായുജം, അണ്ഡം, സ്വേദജം, ഉത്ഭിജം) ആശ്രമങ്ങൾ (ബ്രഹ്മചര്യം, ഗൃഹസ്ഥം, വാനപ്രസ്ഥം, സന്ന്യാസം) ഈ പദങ്ങളോ, ഇവയുടെ പര്യായപദങ്ങളോ നാലിനെ സൂചിപ്പിക്കും. മാത്രമല്ല വിഷ്ണുവിന്റെ കൈകളും നാലിനെ സൂചിപ്പിക്കും. കാരണം ശംഖ്, ചക്രം, ഗദ, പത്മം എന്നിവ വഹിക്കുന്നതിന് വിഷ്ണുവിന് നാല് കൈകളുണ്ടല്ലോ.

രുദ്രമുഖേന്ദ്രിയ കല്പക
വൃക്ഷസ്മരബാണഭൂത ലോഹങ്ങൾ
പ്രാണാനിലനും പിന്നെ
പറയാമഞ്ചെന്നിതംഗവും പാർത്താൽ

ഇന്ദ്രിയങ്ങളെ നാം പഞ്ചേന്ദ്രിയങ്ങൾ എന്നാണ് സൂചിപ്പിക്കാറുള്ളത്. കണ്ണ്, മൂക്ക്, നാക്ക്, ചെവി, ത്വക്ക് എന്നിവ ഉൾപ്പെടുന്ന ഇന്ദ്രിയങ്ങൾ അഞ്ചിനെ സൂചിപ്പിക്കാൻ ഉപയോഗിക്കാം. കല്പകവൃക്ഷങ്ങൾ (മന്ദാരം, പാരിജാതം, സന്താനം, കല്പവൃക്ഷം, ഹരിചന്ദനം) സ്മരബാണങ്ങൾ (അരവിന്ദം, അശോകം, ചുതം, നവമാലിക, നീലോൽപലം) പഞ്ചഭൂതങ്ങൾ (പൃത്ഥി, വായു, ആകാശം) പഞ്ചലോഹങ്ങൾ (സ്വർണ്ണം, വെള്ളി, ചെമ്പ്, ഇരുമ്പ്, ഈയം) പഞ്ചവായുക്കൾ (പ്രാണൻ, അപാനൻ, വ്യാനൻ, ഉദാനൻ, സമാനൻ) എന്നിവയെല്ലാം അഞ്ചിനെ സൂചിപ്പിക്കുന്നു.

താരകരിപു തൻവദനം
വജ്രായുധകോണവും ഗുണം പിന്നെ
രസവും വണ്ടിൻ കാലും
പറയാമാറെന്നു സൽ കവീന്ദ്രമതം

ആറിനെ സൂചിപ്പിക്കാൻ മധുരം, പുളി, ഉപ്പ്, കയ്പ്, എരിവ്, ചവർപ്പ് എന്നീ രസങ്ങൾ ഉൾപ്പെടുന്ന രസം എന്ന വാക്ക് ഉപയോഗിക്കാം. (ഒമ്പത് രസങ്ങളുള്ള നവവരസവുമായി ഇതിന് ബന്ധമില്ല). വണ്ടിന് ആറ് കാലുകൾ ഉള്ളതിനാൽ വണ്ടിൻ കാല് ആറിനെ സൂചിപ്പിക്കും. വസന്തം, ഗ്രീഷ്മം, ഹേമന്തം, ശിശിരം , ശരത്, വർഷം എന്നിങ്ങനെ ആറ് ഋതുക്കൾ ഉള്ളതിനാൽ ഋതുക്കൾ ആറ് തന്നെ. ഷഡ്ദർശനങ്ങൾ എന്ന വാക്കും ആറിനെ സൂചിപ്പിക്കും.

ഋഷി ധാതു സ്വരം വാരം
സൂര്യാംശ്വം കുലപർവ്വതം
ജ്വലന ജ്വാലയും ദ്വീപും
ചേരുമേഴെന്ന സംഖ്യയിൽ

സപ്ത എന്ന വാക്ക് ഏഴിനെ സൂചിപ്പിക്കുമെന്ന് നമുക്കറിയാം. മരീചി, അംഗിരസ്, അത്രി, പുലസ്ത്യൻ, പുലഹൻ, ക്രതു, വസിഷ്ഠൻ എന്നിങ്ങനെയുള്ള സപ്തർഷികൾ ഏഴിനെ സൂചിപ്പിക്കും. സപ്തധാതുക്കൾ (രസം, രക്തം, മാംസം, മേദസ്സ്, അസ്ഥി, മജ്ജ, ശുക്ലം), സപ്തസ്വരങ്ങൾ (ഷൾജം, ഋഷഭം, ഗാന്ധാരം, മധ്യമം, പഞ്ചമം, ധൈവതം, നിഷാദം), ആഴ്ചയിലെ ദിവസങ്ങൾ (ഞായർ, തിങ്കൾ, ചൊവ്വ, ബുധൻ, വ്യാഴം, വെള്ളി, ശനി), കുലപർവ്വതങ്ങൾ (മഹേന്ദ്രൻ, മലയം, സഹ്യൻ, ശുക്തിമാൻ, ഋക്ഷം, വിന്ധ്യൻ, പാരിയത്രൻ), അഗ്നിജ്വാലകൾ (കാളി, കരാളി, മനോജവം, സുഖോഹിതം, സ്ധുമ്രവർണ്ണം, ഉഗ്ര, പ്രദീപ്തം), ദ്വീപുകൾ (ജംബു, ശാകം, കുശം, ക്രൗഞ്ചം, ശാബലി, പ്ലക്ഷം, പുഷ്കരം) എന്നിവയും ഇവയുടെ പര്യായപദങ്ങളും ഏഴിനെ സൂചിപ്പിക്കും.

ഇവ കൂടാതെ മഴവില്ലും ഏഴിനെ സൂചിപ്പിക്കാൻ ഉപയോഗിക്കാം. വയലറ്റ്, ഇൻഡിഗോ, നീല, പച്ച, ഓറഞ്ച്, മഞ്ഞ, ചുമപ്പ്

എന്നിവയാണല്ലോ സപ്തവർണ്ണങ്ങൾ. ഇവ ഓർമ്മിക്കാൻ വിബ്ജ്യോർ (VIBGYOR-Violet , Indigo, Blue, Green, Yellow, Orange, Red)എന്ന പദവും പ്രചാരത്തിലുണ്ട്.

ദിഗ്ഗജദിക്പാലന്മാർഭർഗ്ഗൻ
മൂർത്തിയംശമൗവണ്ണം
മംഗലമൈശ്വര്യങ്ങളു
മെട്ടെന്നായിട്ടു ചൊല്ലിടുന്നല്ലോ

അഷ്ട എന്ന വാക്ക് എട്ടിനെ സൂചിപ്പിക്കുന്നു എന്ന് നമുക്കറിയാമല്ലോ. ദിഗ്ഗജങ്ങൾ (ഐരാവതം, പുണ്ഡരീകം, വാമനം, കമദം, അഞ്ജനം, പുഷ്പദന്തം, സാർവ്വഭൗമം, സുപ്രതീകം) ദിക്പാലന്മാർ (ഇന്ദ്രൻ, അഗ്നി, അന്തകൻ, നിരൃതി, വരുണൻ, വായു, കുബേരൻ, ഈശാനൻ), ശിവന്റെ മൂർത്തികൾ (പഞ്ചഭൂതങ്ങൾ, ആദിത്യൻ, ചന്ദ്രൻ, യമം), അംഗം (കൈയ്, കാല്, മുട്ട്, മാറ്, മനസ്സ്, ശിരസ്സ്, വാക്ക്, ദൃഷ്ടി) യമങ്ങൾ (യമം, നിയമം, ആസനം, പ്രാണായാമം, പ്രത്യാപിതം, ധ്യാനം, ധാരണ, സമാധി), മംഗലങ്ങൾ (ബ്രാഹ്മണൻ, പശു, അഗ്നി, സ്വർണ്ണം, നെയ്യ്, ആദിത്യ, വെള്ളം, രാജാവ്), അഷ്ടൈശ്വര്യങ്ങൾ (അണിമാവ്, മഹിമാവ്, ലഘിമാവ്, ശിരിമാവ്, ഈശിത്വം, വരിത്വം, പ്രാപ്തി, പ്രകാശ്യം) ഇവയെല്ലാം എട്ടിനെ സൂചിപ്പിക്കും.

പുലിതൻ മുലയും പിന്നെ
രത്നഗ്രഹരസങ്ങളും
ദുർഗ്ഗാധാന്യങ്ങൾ ഭൂഖണ്ഡ
മെന്നിത്യാദികളൊമ്പതാം

നവം എന്ന വാക്ക് ഒമ്പതിനെ സൂചിപ്പിക്കുന്നു. (പുതിയത് എന്നും അർത്ഥമുണ്ട്.) നവഗ്രഹങ്ങൾ (ആദിത്യൻ, ചന്ദ്രൻ, ചൊവ്വ, ബുധൻ, ഗുരു, ശുക്രൻ, ശനി, രാഹു, കേതു), നവരസങ്ങൾ (ശൃംഗാരം, ഹാസ്യം, രൗദ്രം, കരുണം, ഭയാനകം, വീര്യം, ബീഭത്സം, അത്ഭുതം, ശാന്തം), ദുർഗ്ഗകൾ (ശൈലപുത്രി, ബ്രഹ്മചാരിണി, ചന്ദ്രഘണ്ട, കൂശ്മാണ്ഡ, സ്കന്ദമാതാ, കാർത്ത്യായനി, കാളരാത്രി, മഹാഗൗരി, സിദ്ധിദ), ധാന്യങ്ങൾ (നെല്ല്, ചാമ, പയറ്, അമര, ഗോതമ്പ്, തുവര, കടുക്, തിന, യവം) എന്നിവയെല്ലാം

ഒമ്പതിനെ കുറിക്കും. മുമ്പുകാലത്ത് പരിഗണിച്ച നവഗ്രഹങ്ങ ളല്ല നവഗ്രഹങ്ങളായി പരിഗണിക്കുന്നത്. മാത്രമല്ല, ഇപ്പോൾ ഒരു ഗ്രഹത്തെ ഒഴിവാക്കി അഷ്ടഗ്രഹങ്ങളാക്കിയിരിക്കയാണ്.

ദശവദനന്റെ ശിരസ്സും
ശശിവാജികളച്യുതാവതാരങ്ങൾ
ദിശയും കർമ്മാവസ്ഥകൾ
ദശസംഖ്യകളെന്നു തന്നെയോതിടാം

പത്തിനെ സൂചിപ്പിക്കാൻ ദശ എന്ന വാക്ക് സാധാരണയായി നാം ഉപയോഗിക്കുന്നുണ്ട്. പത്ത് അവതാരങ്ങളുള്ള (മത്സ്യം, കൂർമ്മം, വരാഹം, നരസിംഹം, വാമനൻ, പരശുരാമൻ, ശ്രീരാ മൻ, ബലരാമൻ, ശ്രീകൃഷ്ണൻ, കൽക്കി), ദശാവതാരം പ്രശ സ്തമാണല്ലോ. രാവണന്റെ ശിരസ്സ്, ചന്ദ്രന്റെ കുതിരകൾ , ദിക്കു കൾ (അഷ്ടദിക്കുകളെ കൂടാതെ മുകളിലും, താഴെയും ദിക്കു കൾ പരിഗണിക്കുന്നു), കാമാവസ്ഥകൾ (അഭിലാഷം, ചിന്ത, സ്മൃതി, ഗുണകീർത്തനം, ഉദ്വേഗം, പ്രലാപം, ഉന്മാദം, വ്യാധി, ജഡത, മരണം) എന്നിവയെല്ലാം പത്തിനെ സൂചിപ്പിക്കുന്നു.

പത്തിന് നമ്മുടെ നിത്യജീവിതത്തിൽ വലിയ പ്രാധാന്യമു ള്ളതായി കാണാം. നാം സാധാരണ ഉപയോഗിക്കുന്ന പത്തുമായി ബന്ധപ്പെട്ട മറ്റ് ചില ഉദാഹരണങ്ങൾ താഴെ കൊടുക്കുന്നു.

ദശമൂലാരിഷ്ടത്തിൽ ചേർക്കുന്നവ കുമിൾ, കൂവളം, മുഞ്ഞ, പാതിരി, പലകപ്പയ്യാനി, ഓരില, മൂവില, കറുത്ത ചുണ്ട, വെളുത്ത ചുണ്ട, ഞെരിഞ്ഞിൽ എന്നിവയാണ്.

ദശപുഷ്പങ്ങൾ പൂവാംകുറുന്തില, മുയൽചെവി, കറുക, നിലപ്പന, കുഞ്ഞുണ്ണി, വിഷ്ണുക്രാന്തി, ചെറൂള, തിരുതാളി, ഉഴിഞ്ഞ, മുക്കുറ്റി എന്നിവയാണ്.

ദശപാതകങ്ങൾ കൊല, മോഷണം, ക്രൂരത, കഠിനവാക്ക്, വ്യാജം, അസംബന്ധം പറയുക, അവകാശമില്ലാത്ത വിഷയാശ, ദ്രോഹചിന്ത, പരധനാഗ്രഹം, നാസ്തികബുദ്ധി എന്നിവയാണ്.

ദശരൂപങ്ങൾ നാടകം, പ്രകരണം, ഭാണം, വ്യായോഗം, സമ വകാരം, ഡിമം, ഈഹാമൃഗം, അങ്കം, വീഥി, പ്രഹസനം എന്നിവ.

ദശബലൻ ബുദ്ധമുനി, ജ്ഞാനം, പ്രജ്ഞ, വീര്യം, ക്ഷമാ

ശീലം, ദാനം, ബലം, ഉപായം, ധ്യാനം, പ്രണതി എന്നിവ.

ദശവ്യസനങ്ങൾ സ്ത്രീ, ദ്യൂതം, മൃഗയ, മദ്യം, നൃത്തം, ഗീതം, വൃഥാടനം, വാദ്യം, പരദൂഷണം, ദിവാസ്വപ്നം എന്നിവ.

ദശോപചാരങ്ങൾ അർഘ്യം, പാദ്യം, അചമനീയം, മധുപർക്കം, പുനരാചവനം, ഗന്ധം, പുഷ്പം, ധൂപം, ദീപം, നിവേദ്യം എന്നിവ.

ദശേന്ദ്രിയം വാക്ക്, പാദം, പാണി, വായ, ഉപസ്ഥം, കണ്ണ്, മൂക്ക്, നാക്ക്, ചെവി, ത്വക്ക് എന്നിവ

ദശോപനിഷത്തുകൾ ഈശം, കേനം, കഠം, പ്രശ്നം, മുണ്ഡം, മണ്ഡൂക്യം, ഛാന്ദ്യോഗ്യം, തൈത്തരീയം, ഐതരേയം, ബൃഹദാരണ്യം എന്നിവ.

സംഖ്യകൾ വലുതാകുമ്പോൾ സൂചിപ്പിക്കാനുള്ള വസ്തുക്കൾ കുറയും. പതിനൊന്ന് മുതലുള്ള സംഖ്യകളെ സൂചിപ്പിക്കാനുള്ള വസ്തുക്കളെ താഴെ കൊടുത്തിരിക്കുന്ന വരികളിലൂടെ മനസ്സിലാക്കാം.

കുരുനൃപസേനാരുദ്ര
ന്മാരിവപതിനൊന്നിതൊന്നു ചൊല്ലുന്നു
ഗുഹനുടെ കണ്ണും കൈയും
പറയാം രാശ്യാദിയത്ര പന്ത്രണ്ടായ്
വിദ്യാലോകാദിയെല്ലാമേ
പതിനാലെന്നു വിശ്രുതം
പക്കങ്ങൾ പതിനഞ്ചല്ലോ
പതിനാറിന്ദുതൻ കലാ
പുരാണം മുതലായുള്ള
തൊക്കെയും പതിനെട്ടു താൻ
രാവണൻ തൻ ബാഹുക്കൾ
ഇരുപത്തൊന്നു വിശ്രുതം
നക്ഷത്രമിരുപത്തേഴാ
മെന്നു സർവ്വത്ര സമ്മതം
പുരുഷായുസ്സുമവ്വണ്ണം
ശക്രയജ്ഞം ശതം മതം

ശേഷ വാസുകി സർവ്വേന്ദ്ര
ശീർഷം താമരതൻ ദളം
സൂര്യനും, ബാണവും കാർത്ത
വീര്യനും ചേർന്നിടും കരം
സുരേന്ദ്ര ദൃഷ്ടിയെന്നുള്ള
തൊക്കെയൊരായിരം മതം

കുരുരാജാക്കന്മാരുടെ സൈന്യങ്ങളുടെ എണ്ണം പതിനൊന്നായിരുന്നുവത്രെ. അജേകപാൽ, അഹിർബുദ്ധനൻ, വിരൂപാക്ഷൻ, സുരേശ്വരൻ, ജയന്തൻ, ബഹുരൂപൻ, ത്ര്യംബകൻ, അപരാജിതൻ, വൈവസ്വതൻ, സാവിത്രൻ, ഹരൻ എന്നിവയായിരുന്നു അവരുടെ പേരുകൾ.

സുബ്രഹ്മണ്യന്റെ കണ്ണുകളും കൈകളും രാശികളും (മേടം, ഇടവം, മിഥുനം, കർക്കിടകം, ചിങ്ങം, കന്നി, തുലാം, വൃശ്ചികം, ധനു, മകരം, കുംഭം, മീനം) പന്ത്രണ്ടിനെ സൂചിപ്പിക്കും. ഇംഗ്ലീഷ് മാസങ്ങളും പന്ത്രണ്ടാണല്ലോ. ഇംഗ്ലീഷ് മാസങ്ങൾക്ക് ഉപയോഗിക്കുന്ന സെപ്തംബർ, ഒക്ടോബർ, നവംബർ, ഡിസംബർ എന്നീ പേരുകളും നമ്മുടെ ഭൂതസംഖ്യയുമായി ബന്ധപ്പെട്ടിരിക്കുന്നു. സപ്തം ഏഴും, നവം ഒമ്പതും, ദശം പത്തുമാണല്ലോ. ആദ്യകാലത്ത് സെപ്തംബർ ഏഴാമത്തെയും, നവംബർ ഒമ്പതാമത്തെയും, ഡിസംബർ പത്താമത്തെയും മാസങ്ങളായിരുന്നു. അക്കാലത്ത് ആദ്യത്തെ മാസം മാർച്ച് ആയിരുന്നു. പിന്നീട് ജനുവരിയും ഫെബ്രുവരിയും കൂട്ടിച്ചേർക്കപ്പെട്ടു. പക്ഷേ, പേരുകൾക്ക് മാറ്റം വരുത്തിയില്ല.

വിദ്യകൾ പതിനാലെണ്ണമാണ്. അവ ശിക്ഷ, കല്പം, വ്യാകരണം, നിരുക്തം, ഛന്ദസ്സ്, ജ്യോതിഷം, നാലുവേദങ്ങൾ, മീമാംസ, ന്യായവിസ്താരം, പുരാണം, സ്മൃതി എന്നിവയാണ്. അതിനാൽ വിദ്യ പതിനാലിനെ സൂചിപ്പിക്കുന്നു. ലോകങ്ങൾ പാതാളം, രസാതലം, മഹാതലം, തലാതലം, സുതലം, വിതലം, അതലം, ഭൂലോകം, ഭൂവർല്ലോകം, സുവർല്ലോകം, ജനർല്ലോകം, തപോലോകം, സത്യലോകം എന്നിങ്ങനെ പതിനാല് എണ്ണം.

ചന്ദ്രക്കല, അഷ്ടി എന്നിവ പതിനാറിനെ സൂചിപ്പിക്കു

ന്നു. അത്യഷ്ടി- പതിനേഴിനെ സൂചിപ്പിക്കും. പുരാണങ്ങൾ (ബ്രാഹ്മം, പാത്മം, വൈഷ്ണവം, ശൈവം, ഭാഗവതം, ഭവിഷ്യൽ, നാരദീയം, മാർക്കണ്ഡേയം, ആഗ്നേയം, ബ്രഹ്മകൈവർത്തി, ലൈംഗം, വാരാഹം, സ്ക്കന്ദം, വാമനം, കൗർമ്മം, മാത്സ്യം, ഗാരുഡം, ബ്രഹ്മാണ്ഡം) അങ്ങനെ പതിനെട്ടുതന്നെ. രാവണന്റെ കൈകൾ ഇരുപതാണ്. നക്ഷത്രങ്ങൾ (അശ്വതി, ഭരണി, കാർത്തിക .... രേവതി മുതലായവ). ഇരുപത്തേഴ്. ദന്ത- മുപ്പത്തിരണ്ട് തന്നെ. മനുഷ്യായുസ്സും ദേവേന്ദ്രന്റെ യാഗവും നൂറിനെ സൂചിപ്പിക്കും. താമരപ്പൂവിന്റെ ഇതളുകളും, സൂര്യന്റെ രശ്മികളും, ബാണൻ, കാർത്തവീരൻ എന്നിവരുടെ കൈകളും ദേവേന്ദ്രന്റെ കണ്ണുകളും ആയിരത്തെ സൂചിപ്പിക്കുന്നു.

ശബ്ദസംഖ്യകൾ ലീലാവതിയിൽ

ഭാരതത്തിൽ ഏറ്റവും കൂടുതൽ പ്രശസ്തി നേടിയ ഗണിതഗ്രന്ഥമാണല്ലോ *ലീലാവതി*. ഭാസ്കരാചാര്യർ രചിച്ച *ലീലാവതി* ഒരു കാവ്യഗ്രന്ഥം കൂടിയാണ്. സംസ്കൃതത്തിലാണ് *ലീലാവതി* രചിക്കപ്പെട്ടതെങ്കിലും ലളിതമായതിനാൽ *ലീലാവതി*ക്ക് ഭാരതത്തിൽ രചിക്കപ്പെട്ട മറ്റ് ഗണിതകൃതികളെ അപേക്ഷിച്ച് നല്ല പ്രചാരം ലഭിക്കുകയുണ്ടായി. *ലീലാവതി*യിൽ ശബ്ദസംഖ്യകൾ ധാരാളമായി ഉപയോഗിച്ചിട്ടുണ്ട്.

*ലീലാവതി*യിൽ പരിധിവ്യാസബന്ധത്തെക്കുറിക്കുന്ന ഒരു ശ്ലോകത്തിൽ ശബ്ദസംഖ്യകൾ ഉപയോഗപ്പെടുത്തിയത് നമുക്ക് ശ്രദ്ധിക്കാം.

വ്യാസേഭനന്ദാഗ്നിഹതേ വിഭക്തേ
ഖബാണസുര്യൈഃ പരിധിഃ സസൂക്ഷ്മഃ
ദ്വാവിംശതിഘ്നേ വിഹൃതേ ∫ ഥ ശൈലൈഃ
സ്ഥൂലോ ∫ ഥവാസ്യാദ്വ്യവഹാരയോഗ്യഃ

ഭം (= നക്ഷത്രം=27) ; നന്ദ (നവനന്ദന്മാരെ ഓർക്കുക) = 9; അഗ്നി = 3; ഭനന്ദാഗ്നി = 3927 ഖം (= ആകാശം)=0, ബാണം =5, സൂര്യൻ = 12 ഖബാണ സൂര്യൈ: 1250; ശൈലം =7. (അങ്കാനാം വാമതോഗതി: എന്നാണു പ്രമാണം) വ്യാസത്തെ 3927 കൊണ്ടു

ഗുണിച്ച് 2250 കൊണ്ടു ഹരിച്ചാൽ സൂക്ഷ്മമായ പരിധി ലഭിക്കും. മറിച്ച് 22 കൊണ്ട് (ദ്വാവിംശതി) വ്യാസത്തെ ഗുണിച്ചു 7 കൊണ്ടു ഹരിച്ചാൽ സ്ഥൂലമായ പരിധിയും കിട്ടുന്നു. 7 നു പകരം 'ശൈല' പദവും അഞ്ചിനു പകരം 'ബാണ' പദവും മൂന്നിനുപകരം 'അഗ്നി' പദവും പൂജ്യത്തിനു പകരം ഖം (ആകാശം) എന്ന പദവും ഒമ്പതിനു പകരം 'നന്ദ' പദവും 27 നു പകരം നക്ഷത്ര പര്യായമായ 'ഭം' എന്ന പദവും പ്രയോഗിച്ചിരിക്കുന്നു എന്നു മനസ്സിലാക്കാം.

മറ്റൊരുദാഹരണം നമുക്ക് പരിഗണിക്കാം:

വൃത്താക്ഷേത്രേ പരിധി ഗുണിത-
വ്യാസപാദഃ ഫലംതൽ
ക്ഷുണ്ണം വേദൈ രു പരിപരിതഃ
കന്ദുകസ്യേവജാലം
ഗോളസ്യൈവം തദപിചഫലം
പൃഷ്ഠജം വ്യാസനിഘ്നം
ഷഡ്ഭിർഭക്തം വേതിനിയതം
ഗോളഗർഭേഘനാഖ്യം.

വൃത്തത്തിന്റെ പരിധി കൊണ്ടു വ്യാസപാദത്തെ പെരുക്കിയാൽ ക്ഷേത്രഫലമാകും. അതിനെ വേദം (=4) കൊണ്ട് ഗുണിച്ചാലോ ഗോളത്തിന്റെ ബാഹ്യതലം ലഭിക്കുന്നു. ഇതിനെ വ്യാസം കൊണ്ടു ഗുണിച്ച് 6 കൊണ്ട് ഹരിച്ചാൽ ഗോളത്തിന്റെ ഘനഫല (വ്യാപ്തം)വും ലഭിക്കുന്നു.

വൃത്തക്ഷേത്രഫലം = $2\pi r \times 2r/4 = \pi r^2$

ഗോളത്തിന്റെ ഉപരിതലവിസ്തീർണ്ണം = $4 \times \pi r^2 = 4\pi r^2$

ഗോള ഘനഫലം (വ്യാപ്തം)= $4\pi r^2 \times 2r/6 = 4/3\ \pi r^3$

ലഘുസമവാക്യം നിർമ്മിച്ച് ചെയ്യാവുന്ന പ്രശ്നങ്ങളെ "ഇഷ്ടകർമ്മ" ങ്ങളായി ഭാസ്കരാചാര്യർ അവതരിപ്പിച്ചിരിക്കുന്നു. ഒരു ഉദാഹരണം താഴെ കൊടുക്കുന്നു.

പഞ്ചഘ്നഃ സ്വത്രിഭാഗോനോ
ദശഭക്തഃ സമന്വിതഃ

രാശിത്ര്യം ശാർദ്ധപാദൈഃ സ്യാൽ
കോരാരിദ്വ്യൂനസപ്തതി.

ഒരു രാശിയെ അഞ്ചുകൊണ്ടു ഗുണിച്ച് അതിന്റെ മൂന്നിലൊന്ന് കുറച്ച് 10 കൊണ്ട് ഹരിച്ച് അതിനോട് രാശിയുടെ മൂന്നിലൊന്നും പകുതിയും കാലംശവും ചേർത്താൽ (ദ്വ്യൂനസപ്തതം) 2 കുറഞ്ഞു 70 (=68) വരുമെങ്കിൽ പ്രസ്തുത രാശി കാണുക. ഇതിന്റെ രാശി 48 ആണെന്ന് കാണാം.

*ലീലാവതി*യിൽനിന്നു തന്നെയുള്ള രസകരമായ മറ്റൊരു ഉദാഹരണം താഴെ കൊടുക്കുന്നു:

യൂഥാർദ്ധം സത്രീഭാഗം വനവഃവരഗതം
കഞ്ജരാണാഞ്ചദൃഷ്ടം
ഷഡ്ഭാഗശ്ചൈവനദ്യം, പിബതി ചസലിലം
സപ്തമാംശേനമിശ്രഃ
പദ്മിന്യാം ചാഷ്ടമാംശഃ സ്വനവമ സഹിതഃ
ക്രീഡതേസാനുരാഗോ
നാഗേന്ദ്രോഹസ്തീ നീഭിസ്തിസൃഭിരനുഗതഃ
കാഭവേദ്യൂഥ സംഖ്യാ

കവിതയിൽ കൊടുത്തിരിക്കുന്ന ഭാഗം ഇങ്ങനെ വ്യാഖ്യാനിക്കാം:

ഒരു ആനക്കൂട്ടത്തിൽ പാതിയും പാതിയുടെ മൂന്നിലൊന്നും കാട്ടിനുള്ളിൽ പോയതായി കണ്ടു. ആറിലൊന്നും അതിന്റെ ഏഴിലൊന്നും കൂടി നദിയിൽ വെള്ളം കുടിക്കാനിറങ്ങി. എട്ടിലൊന്നും അതിന്റെ ഒമ്പതിലൊന്നും കൂടി താമരപ്പൊയ്കയിൽ കുളിച്ചു. മൂന്നു പിടിയാനകളാൽ അനുഗതനായി അനുരാഗപൂർവ്വം ഒരു കൊമ്പനാന അവിടെ ക്രീഡിക്കുന്നതും ഉണ്ട്. കൂട്ടത്തിൽ ആകെ ആനകൾ കണ്ടു എന്ന് പറയുക?

ആകെ ആനകളുടെ എണ്ണം 1008 ആണെന്ന് കാണാം.

*ലീലാവതി*യിൽനിന്നു രസകരമായ മറ്റൊരു ഉദാഹരണം കൂടി പരിഗണിക്കാം.

പദ്മാക്ഷ്യാഃ പ്രിയകല്പിതാ വസുലവം
ഭൂഷാ ലലാടികൃതം

യച്ഛേഷാത്രിഗുണാദ്രിഭാഗരചിതം
ന്യസ്താസ്തനാന്തഃ സ്രജി
ശേഷാർദ്ധം ഭുജനാളയോർമ്മണിഗണഃ
ശേഷാബ്ധികസ്ത്യാഹതഃ
കാഞ്ചാത്മാമണിരാശിമാശുവദമേ
വേണ്യാംഹിയൽഷോഡശ

പത്മാക്ഷിയുടെ പ്രിയകല്പിതമായ ഭൂഷണം 8 ൽ ഒന്ന് (വസുലവാ) നെറ്റിയിലും ശേഷിച്ചതിന്റെ 7 ൽ 3 ഭാഗം (ത്രിഗുണാദ്രി ഭാഗം അദ്രി= 7) മാലയാക്കി സ്തനാന്തങ്ങളിലും ബാക്കിയുള്ള പകുതി കൈത്തണ്ടയിലും അണിഞ്ഞു. ശേഷിച്ചതിന്റെ 4 ൽ 3 ഭാഗം (അബ്ധികം നാലിൽ ഒന്ന്) സ്വർണ്ണത്തിൽ പതിക്കുകയും ബാക്കി 16 മുടിയിൽ ചൂടുകയും ചെയ്തു. രത്നങ്ങളുടെ എണ്ണം പറയുക.

രത്നങ്ങളുടെ എണ്ണം 256 ആയിരിക്കും.

ഒരു മുത്തശ്ശിക്കഥ

മനുഷ്യൻ സംഖ്യകൾ കണ്ടുപിടിക്കുന്നതിനു മുൻപുതന്നെ എണ്ണിയിരുന്നുവത്രേ! അദ്ഭുതകരമായ ഒരു ആശയം തന്നെ! സംഖ്യകളൊന്നും കൂടാതെ എണ്ണുകയോ, കേൾക്കുമ്പോൾ വിസ്മയം തോന്നാം!

ഈ മുത്തശ്ശിക്കഥ കേൾക്കൂ:

ഒരു വീട്ടിൽ ഒരു മുത്തശ്ശിയുണ്ട്. മുത്തശ്ശിയും മക്കളും മക്കളുടെ മക്കളുമായി കുറേയേറെപേരുണ്ട്. എല്ലാവരും ഒരുമിച്ചാണ് താമസം.

വീട്ടിൽ എത്ര പേരുണ്ടെന്നു ചോദിച്ചാൽ മുത്തശ്ശി കൈമലർത്തും. എണ്ണാനറിയില്ലെങ്കിലും എല്ലാവർക്കും ഓരോ ദോശ വീതം വരുന്ന രീതിയിൽ കൃത്യമായിട്ടാണ് മുത്തശ്ശി ദോശ ചുടുന്നത്. ഒരിക്കലും ബാക്കിവരില്ല. തികയാതെയും വരില്ല.

ഇതെങ്ങനെ സാധിക്കുന്നു എന്നു ചോദിച്ചപ്പോൾ, മുത്തശ്ശിയുടെ മറുപടി ഇങ്ങനെയായിരുന്നു: ദോശ ചുടുമ്പോൾ എന്തിനാ എണ്ണുന്നത്? ആദ്യത്തെ ദോശ മൂത്തമോൻ കോവാലന്, അടുത്തതു കോയിന്ദന്. അവസാനത്തേത് എളയമോളുടെ മോൾ ലശ്മിക്ക്.

ഇപ്പോൾ സംഖ്യകളില്ലാതെ എണ്ണുന്നതിന്റെ ഗുട്ടൻസ് പിടികിട്ടിയോ?

ഇവിടെ ഒന്നിനൊന്നു പൊരുത്തം (one to one correspondence) എന്ന ആശയമാണു മുത്തശ്ശി ഉപയോഗിച്ചത്.

സംഖ്യകൾ കണ്ടുപിടിക്കുന്നതിനു മുൻപ് എണ്ണിയിരുന്നത് ഈ രീതിയിൽ തന്നെയാണ്. അന്നു ജനങ്ങളുടെ ഒരു മുഖ്യ തൊഴിൽ ആടുവളർത്തലായിരുന്നല്ലോ. ആടുകളെ മേയാൻ വിടുമ്പോൾ ഓരോ ആടിനും ഒരു കല്ലുവച്ചു കൂട്ടിയിടും. വൈകുന്നേരം ഓരോ ആടും തിരിച്ചുവരുമ്പോൾ കല്ലുകൾ ഒന്നുവീതം മാറ്റിവെക്കും. ഇങ്ങനെ എല്ലാ കല്ലുകളും മാറ്റിവെച്ചാൽ എല്ലാ ആടുകളും തിരിച്ചു വന്നു എന്ന് ഉറപ്പിക്കും.

മനുഷ്യൻ ആദ്യം കണ്ടുപിടിച്ച സംഖ്യ ഒന്ന് തന്നെ. പിന്നീട് 2, 3, 4... എന്നിങ്ങനെ മുന്നോട്ടുപോയി. ഇന്നു സംഖ്യകൾക്കെല്ലാം ഓരോ ഭാഷയിലും പ്രത്യേകം പേരുകളും ചിഹ്നങ്ങളുമുണ്ട്. ആദ്യകാലത്ത് പേരുകളും സംഖ്യാചിഹ്നങ്ങൾപോലും ഉണ്ടായിരുന്നില്ല. ചെറിയ കമ്പുകൾ, കല്ലുകൾ, ചരടിലുള്ള കെട്ടുകൾ എന്നിവയാണു സംഖ്യകളെ രേഖപ്പെടുത്താൻ ഉപയോഗിച്ചിരുന്നത്.

കമ്പുകൾ അടുക്കിവയ്ക്കുന്ന ചിത്രം തന്നെ സംഖ്യകളെ സൂചിപ്പിച്ചിരുന്നു.

പൂജ്യം കണ്ടുപിടിച്ചത് ഇന്ത്യക്കാരാണെന്നും, പത്ത് അടിസ്ഥാനമായ ദശാംശസംഖ്യാസമ്പ്രദായം രൂപപ്പെട്ടത് ഇന്ത്യയിലാണെന്നും പൊതുവെ അംഗീകരിക്കപ്പെട്ടിട്ടുണ്ട്. ഗണിതശാസ്ത്രത്തിലെ ഏറ്റവും മികച്ച കണ്ടുപിടിത്തമായ പൂജ്യമാണ് ദശാംശസംഖ്യാസമ്പ്രദായം വികസിക്കുന്നതിന് കാരണമായത്. സംഖ്യകൾ രേഖപ്പെടുത്തുന്നതിനും, ഗണിതക്രിയകൾ എളുപ്പമാക്കുന്നതിനും ദശാംശസംഖ്യാസമ്പ്രദായം വളരെ സഹായിച്ചു. ഈ സംഖ്യാസമ്പ്രദായം ലോകത്തിന്റെ വിവിധഭാഗങ്ങളിൽ പ്രചരിക്കുന്നതിന് മുമ്പ് പ്രചാരത്തിലുണ്ടായിരുന്നത് റോമൻ സംഖ്യാസമ്പ്രദായമായിരുന്നു.

റോമൻ വ്യവസ്ഥയിൽ ഒന്നിനെ സൂചിപ്പിക്കാൻ ഒരു വര ഇടുന്നു. ഇങ്ങനെ ഓരോന്നിനെയും സൂചിപ്പിക്കാൻ വരകൾ ഇട്ടുപോന്നു. ഇതുപ്രകാരം IIII, IIIIIIII IIII, IIIIIIIIIIIIIIIIIIII

എന്നിങ്ങനെയാണ് സംഖ്യകളെ ആദ്യകാലത്തു സൂചിപ്പിച്ചിരുന്നത്.. കുറേ വരകളായാൽ എണ്ണാൻ പ്രയാസം. അപ്പോൾ അഞ്ചെണ്ണം വീതം ഓരോ കൂട്ടമായി വെച്ചു. മനുഷ്യന് ഒരു കൈയിൽ അഞ്ചു വിരലുകളാണല്ലോ ഉള്ളത്. കൈ നിവർത്തി വെച്ചാൽ V ആകൃതി കിട്ടും. അങ്ങനെ അഞ്ചിനെ സൂചിപ്പിക്കാൻ V ഉപയോഗിച്ച് തുടങ്ങി.

പത്ത് എന്നത് രണ്ട് അഞ്ചാണല്ലോ. ആദ്യകാലത്ത് രണ്ട് അഞ്ചുകൾ ചേർത്ത് വെച്ച് പത്തിനെ സൂചിപ്പിച്ചു. അതായത് പത്തിനെ VV എന്ന് സൂചിപ്പിക്കാൻ തുടങ്ങി. പിന്നീട് ഒരഞ്ചിനെ കമഴ്ത്തി X ന്റെ ആകൃതിയാക്കി. ഒന്ന് എന്നതിനെ സൂചിപ്പിക്കുന്ന വര ഇംഗ്ലീഷിലെ I ആണല്ലോ. ഇങ്ങനെ റോമൻ സംഖ്യാസമ്പ്രദായത്തിൽ സംഖ്യകളെ സൂചിപ്പിക്കാൻ ഇംഗ്ലീഷ് അക്ഷരമാലയിലെ അക്ഷരങ്ങളാണ് സ്വീകരിക്കുന്നത്.

C നൂറിനെ സൂചിപ്പിക്കാൻ ഉപയോഗിക്കുന്നു. നൂറിന് Centum എന്ന വാക്ക് ഉപയോഗിക്കുന്നതിനാൽ അതിന്റെ ആദ്യക്ഷരമായ C നൂറിനെ സൂചിപ്പിക്കാൻ തുടങ്ങി. നൂറിന്റെ പകുതി 50 നെ സൂചിപ്പിക്കാൻ C യുടെ പകുതിയോട് സാദൃശ്യമുള്ള L എന്ന അക്ഷരം ഉപയോഗിക്കുന്നു.

Milli എന്ന പദത്തിന് ആയിരത്തിലൊന്ന് എന്ന അർത്ഥമുണ്ടെന്ന് നിങ്ങൾ പഠിച്ചിട്ടുണ്ടല്ലോ. (മില്ലിമീറ്റർ, മില്ലിലിറ്റർ തുടങ്ങിയ പദങ്ങൾ ഓർക്കുക). 1000 നെ സൂചിപ്പിക്കാൻ M എന്ന അക്ഷരം ഉപയോഗിക്കുന്നു. D 500 നെ സൂചിപ്പിക്കും. മലയാളത്തിൽ ആദ്യമായി അച്ചടിച്ച ഗ്രന്ഥം *സംക്ഷേപവേദാർത്ഥ*മാണ്. ഈ ഗ്രന്ഥം ആദ്യമായി പ്രസിദ്ധീകരിച്ചത്, അതിൽ മുദ്രണം ചെയ്തിരിക്കുന്ന പ്രകാരം MDCCLXXII എന്ന വർഷത്തിലാണ്. ഇത് 1000 + 500 + 100 + 100 + 50 + 10 + 10 + 2 = 1792 ആകുന്നു. വലിയ സംഖ്യകൾ രേഖപ്പെടുത്താൻ വലിയ പ്രയാസം അനുഭവപ്പെടും. 1792 പോലെ വായിക്കാനും പ്രയാസം തന്നെ. അപ്പോൾ ഇന്ത്യക്കാരന്റെ പൂജ്യത്തിന്റെ വില മനസ്സിലാക്കാം..

അക്ഷരം മതി അക്കത്തിനും

ഭാഷയിലെ അക്ഷരങ്ങളെ പൊതുവെ രണ്ടു ഭാഗങ്ങളായി തിരിച്ചിരിക്കുന്നു. സ്വരങ്ങളും വ്യഞ്ജനങ്ങളും. മലയാളത്തെ സംബന്ധിച്ചിടത്തോളം അ, ആ, ഇ, ഈ .... എന്നിങ്ങനെയുള്ളവയാണ് സ്വരാക്ഷരങ്ങൾ എന്നറിയപ്പെടുന്നത്. ക, ഖ, ഗ, ഘ എന്നിവയെല്ലാം വ്യഞ്ജനങ്ങളാണ്.

ആദ്യത്തെ വ്യഞ്ജനാക്ഷരം 'ക' യാണ്. രണ്ടാമത്തേത് 'ഖ' എന്നിങ്ങനെ തുടർന്നു പോകുന്നു. പണ്ട്, അതായത് നൂറ്റാണ്ടുകൾക്കുമുമ്പ് ജീവിച്ചിരുന്ന ചിലർക്ക് ഒരാശയം തോന്നി. മലയാളത്തിലെ ഒന്നാമത്തെ വ്യഞ്ജനാക്ഷരമാണല്ലോ 'ക'. എന്തുകൊണ്ട് ഗണിതത്തിലെ ഒന്നാമത്തെ എണ്ണൽസംഖ്യയെ സൂചിപ്പിക്കാൻ 'ക' ഉപയോഗിച്ചുകൂടാ. അങ്ങനെയെങ്കിൽ രണ്ടിനെ സൂചിപ്പിക്കാൻ 'ഖ' മതിയാകും. മൂന്നിനെ സൂചിപ്പിക്കാൻ 'ഗ' മതി.

ഇങ്ങനെ മുന്നോട്ടു പോകുമ്പോൾ രണ്ടു പ്രശ്നങ്ങൾ വരും. ഒന്ന് ഗണിതത്തിൽ പത്ത് അക്കങ്ങൾ മാത്രമേയുള്ളൂ. അക്ഷരങ്ങളാണെങ്കിൽ കുറേയുണ്ട്. പൂജ്യത്തിന് അക്ഷരമില്ലാതെ വരും. കാരണം 1, 2, 3,.... എന്നിങ്ങനെ എണ്ണിപ്പോയാൽ പൂജ്യത്തിലെത്തില്ല.

ഇവയ്ക്കു പരിഹാരം കാണാൻ രണ്ടു മാർഗ്ഗങ്ങൾ സ്വീകരി

ച്ചു. '1' എന്ന സംഖ്യക്കു മുന്നിലാണല്ലോ പൂജ്യം. അപ്പോൾ 'ക' എന്ന അക്ഷരത്തിന് മുന്നിലുള്ള അക്ഷരങ്ങളെല്ലാം പൂജ്യമായി ഉപയോഗിക്കാൻ തീരുമാനിച്ചു. അതായത് അ, ആ, ഇ, ഈ, ഉ, ഊ.... എല്ലാം പൂജ്യം. പിന്നെ 9 നു ശേഷം വരുന്ന അക്ഷരവും പൂജ്യമായി കണക്കാക്കാം എന്നു കൂടി തീരുമാനിക്കപ്പെട്ടു.

ക–1, ഖ–2, ഗ–3... എന്നിങ്ങനെ പോയാൽ ഝ– 9 എന്നു ലഭിക്കും. ഇതിനുശേഷം വരുന്ന ഞ–0 ആയിരിക്കുമല്ലോ.

പൂജ്യം കഴിഞ്ഞാൽ 1 എന്നതാണല്ലോ നമ്മുടെ ഒരു രീതി. അപ്പോൾ ട–1 എന്നു ലഭിക്കും.ഠ–2, ഡ–3... എന്നിങ്ങനെ തുടർച്ചയായി പോകും. മുകളിലേതു പോലെ വീണ്ടും ധ–9 ൽ എത്തും. ഇതിനുശേഷം വരുന്ന ന–0 ആയിരിക്കും. പ –1, ഫ–2, എന്നിങ്ങനെ മുന്നോട്ടു പോകുന്നു.

നമുക്ക് ഒരു അക്കത്തെ സൂചിപ്പിക്കാൻ ഒന്നിലേറെ അക്ഷരങ്ങൾ ഉണ്ടെന്നു വരുന്നു. ഉദാഹരണമായി 1 നെ സൂചിപ്പിക്കാൻ ക, ട, പ, യ എന്നീ അക്ഷരങ്ങൾ ഉപയോഗിക്കാം. രണ്ടിനെ സൂചിപ്പിക്കാൻ ഖ, ഠ, ഫ, ര എന്നീ അക്ഷരങ്ങൾ ഉപയോഗിക്കാം. ഇങ്ങനെ അക്കങ്ങൾക്കു പകരം അക്ഷരം ഉപയോഗിക്കുന്നതാണ് അക്ഷരസംഖ്യാരീതി. 1 എന്ന സംഖ്യയെ സൂചിപ്പിക്കാൻ ക, ട, പ, യ എന്നിവ ഉപയോഗിക്കുന്നതിനാൽ ഈ രീതി കടപയാദി എന്നും അറിയപ്പെടുന്നു. ഇത് പരൽപ്പേര് എന്നും അറിയപ്പെടുന്നു

കടപയാദിയിൽ ഉപയോഗിക്കുന്ന അക്ഷരങ്ങളും ഇവ സൂചിപ്പിക്കുന്ന അക്കങ്ങളും താഴെ കൊടുക്കുന്നു.

1	ക	ട	പ	യ
2	ഖ	ഠ	ഫ	ര
3	ഗ	ഡ	ബ	ല
4	ഘ	ഢ	ഭ	വ
5	ങ	ണ	മ	ശ
6	ച	ത		ഷ
7	ഛ	ഥ		സ
8	ജ	ദ		ഹ
9	ഝ	ധ		ള
0	ഞ	ന		റ

ഇതിൽ 1 മുതൽ 5 വരെയുള്ള അക്കങ്ങൾ സൂചിപ്പിക്കാൻ 4 അക്ഷരങ്ങൾ ഉണ്ടെങ്കിലും 0 ഒഴികെ മറ്റ് അക്കങ്ങളെ സൂചിപ്പിക്കാൻ 3 അക്ഷരങ്ങളേയുള്ളൂ. ഏറ്റവും കൂടുതൽ അക്ഷരങ്ങൾ ഉള്ളത് പൂജ്യത്തിനാണ്. ഞ, ന, റ കൂടാതെ അ, ആ, ഇ, ഈ തുടങ്ങിയ സ്വരാക്ഷരങ്ങളെല്ലാം പൂജ്യത്തെ സൂചിപ്പിക്കുന്നു.

വാക്കും സംഖ്യയും

ഓരോ അക്ഷരവും ഏത് അക്കത്തെ സൂചിപ്പിക്കുന്നു എന്നു നാം മനസ്സിലാക്കിയല്ലോ. അക്ഷരങ്ങൾ ചേർന്നാണ് വാക്കുകൾ ഉണ്ടാകുന്നത്. വാക്കുകൾ ചേർന്നു വാക്യങ്ങളും. ഗണിതത്തിലും ഇതേ പ്രതിഭാസം കാണാം. അക്കങ്ങൾ ചേർന്ന് സംഖ്യകളുണ്ടാകുന്നു. സംഖ്യകൾ ചേർന്ന് വാക്യങ്ങളും. വാക്യങ്ങളിൽ സമചിഹ്നമുണ്ടെങ്കിൽ സമവാക്യം. നമുക്ക് വാക്കുകളും അവ സൂചിപ്പിക്കുന്ന സംഖ്യകളും പരിചയപ്പെടാം.

സ്വരാക്ഷരങ്ങളെല്ലാം പൂജ്യത്തെ സൂചിപ്പിക്കുന്നു എന്നു നാം കണ്ടുകഴിഞ്ഞു. അതായത് അ, ആ, ഇ, ഈ, ഉ, ഊ.... എന്നിങ്ങനെയുള്ള എല്ലാ സ്വരാക്ഷരങ്ങളും പൂജ്യത്തെ സൂചിപ്പിക്കുന്നു.

ഭാഷയിൽ വ്യഞ്ജനാക്ഷരങ്ങളോട് സ്വരാക്ഷരങ്ങൾ ചേർക്കുന്നതിന് നമുക്ക് അനേകം ഉദാഹരണങ്ങളുണ്ട്.

കാ, കി, കു, പി, മു തുടങ്ങിയവയെല്ലാം വ്യഞ്ജനാക്ഷരവും സ്വരാക്ഷരവും ചേർന്നവയാണെന്നു കാണാം.

ക് + ആ = കാ

ക് + ഇ = കി

ക് + ഉ = കു

ച് + ഊ = ചൂ

എന്നിവയിലെല്ലാം വ്യഞ്ജനാക്ഷരവും സ്വരാക്ഷരവുമുണ്ട്. ഇങ്ങനെയുള്ള അക്ഷരങ്ങളിൽ വ്യഞ്ജനാക്ഷരങ്ങൾ സൂചിപ്പിക്കുന്ന വിലയേ കടപയാദിയിൽ സ്വീകരിക്കാറുള്ളൂ. സ്വരാക്ഷരങ്ങളുടെ വില പൂജ്യമായതു കാരണമാണ് വ്യഞ്ജനാക്ഷരത്തിനു പ്രാധാന്യം വന്നത്. അതായത് ക, കാ, കി, കീ, കു, കൂ, കെ, കൈ തുടങ്ങിയ എല്ലാ അക്ഷരങ്ങളും ഒന്നിനെ സൂചിപ്പിക്കുന്നു.

ഇനി കൂട്ടക്ഷരങ്ങളുടെ കാര്യം പരിശോധിക്കാം. രണ്ട് വ്യഞ്ജനാക്ഷരങ്ങൾ ചേർന്നാണ് ഒരു കൂട്ടക്ഷരമുണ്ടാകുന്നത്.

ക് + ക = ക്ക

ക് + ത = ക്ത

പ് + പ = പ്പ

ന് + ത = ന്ത

ന് + ദ = ന്ദ

കടപയാദി പ്രയോഗിക്കുമ്പോൾ കൂട്ടക്ഷരത്തിൽ രണ്ടാമത്തെ അക്ഷരം സൂചിപ്പിക്കുന്ന സംഖ്യയാണ് പരിഗണിക്കേണ്ടത്.

ക = 1, ത = 6 ആയതിനാൽ ക്ത 6 ആയിരിക്കും

അക്ഷരങ്ങൾ ചേർന്ന് വാക്കുകൾ ഉണ്ടാകുമെന്ന് നേരത്തെ സൂചിപ്പിച്ചുവല്ലോ. അപ്പോൾ മൂന്ന് അക്ഷരങ്ങളുള്ള ഒരു വാക്ക് മൂന്നക്കമുള്ള ഒരു സംഖ്യയെയാണു സൂചിപ്പിക്കുക. പക്ഷേ, അക്കങ്ങളുടെ ക്രമം മാറ്റണം എന്നാണു നിയമം. “അങ്കാനാം വാമതോ ഗതി” എന്നാണ് ഇതിനുള്ള നിയമം. അക്കങ്ങൾ ഇടതുഭാഗത്തേക്കു പരിഗണിക്കണം. ഉദാഹരണമായി കവിത എന്ന വാക്കിൽ,

ക = 1, വി = 4, ത = 6 സൂചിപ്പിക്കുന്നത് 146 അല്ല. 641 ആയിരിക്കും.

ഗ =3, ണ = 5, ത = 6 ആയതിനാൽ ‘ഗണിതം’ സൂചിപ്പിക്കുന്നത് 653 ആയിരിക്കും.

അക്കത്തേക്കാൾ കൂടുതൽ അക്ഷരങ്ങൾ ഉള്ളതിനാൽ ഒരു അക്കത്തിനു തന്നെ ഒന്നിലധികം അക്ഷരങ്ങൾ ഉപയോഗിക്കാൻ കഴിയും.

മാത്രമല്ല, ഒരക്ഷരം തന്നെ സ്വരങ്ങൾ ചേർന്ന് അനേകം അക്ഷരങ്ങൾ ആവാം. അതായത് 1 നെ സൂചിപ്പിക്കാൻ ക, ട, പ, യ എന്ന് മാത്രമല്ല കാ, കി, കൂ.... ടാ, ടി, ടൂ എന്നിങ്ങനെ കുറെ അക്ഷരങ്ങൾ ഉപയോഗിക്കാം.

നമ്മുടെ നിത്യജീവിതത്തിൽ പല സംഖ്യകളും ഓർത്തുവയ്ക്കേണ്ടുന്ന ആവശ്യം വരാം. വീട്ടുനമ്പർ, കാർ നമ്പർ, വൈദ്യുതി കണക്ഷൻ നമ്പർ തുടങ്ങിയവ ചില ഉദാഹരണങ്ങൾ. ഇത്തരം നമ്പറുകൾ ഓർത്തുവയ്ക്കാൻ ഒരു വഴി നാം കണ്ടെത്തിയിരുന്നുവല്ലോ. ഇതിന് കടപയാദിയും ഉപയോഗിക്കാം.

ഉദാഹരണമായി, ഒരാളുടെ കാർ നമ്പർ 6821 എന്നിരിക്കട്ടെ. പ =1, ര = 2, ജ = 8, ത=6, ആയതിനാൽ പാരിജാതം എന്ന വാക്ക് ഈ സംഖ്യയെ സൂചിപ്പിക്കും. സ= 7 ഹ=8 ദ =8 ര = 2 ആയതിനാൽ 2887 എന്ന വീട്ടുനമ്പർ ഓർമ്മിക്കാൻ സഹോദരി എന്ന വാക്ക് ഉപയോഗിക്കാം. ഇനി നിങ്ങൾക്ക് ഓർക്കാനുള്ള നമ്പരുകൾ ഓർക്കാൻ യോജിച്ചവാക്ക് നിങ്ങൾ തന്നെ കണ്ടുപിടിക്കുമല്ലോ?

മാസത്തിലെ ദിവസങ്ങൾ

ഇംഗ്ലീഷ് മാസങ്ങൾക്ക് ഓരോന്നിനും ദിവസങ്ങളുടെ എണ്ണം വ്യത്യാസപ്പെട്ടിരിക്കുകയാണല്ലോ. ജനുവരി മാസത്തിന് 31 ദിവസങ്ങളുണ്ടെങ്കിലും ഫെബ്രുവരിക്ക് ഇരുപത്തെട്ടോ ഇരുപത്തൊമ്പതോ ആകാം. മാർച്ച് 31, ഏപ്രിൽ 30 എന്നിങ്ങനെ പോകുന്നു ദിവസങ്ങളുടെ എണ്ണങ്ങൾ. 30 ദിവസങ്ങളുള്ള എത്ര ഇംഗ്ലീഷ് മാസങ്ങളുണ്ട് എന്നുചോദിച്ചാൽ എന്തായിരിക്കും നിങ്ങളുടെ മറുപടി? 11 മാസങ്ങൾ എന്നായിരിക്കും ശരിയായ ഉത്തരം. കാരണം ഫ്രെബുവരിക്കൊഴികെ മറ്റെല്ലാ മാസങ്ങൾക്കും 30 ദിവസങ്ങളുണ്ട്.

ഇത് ഒരു കുസൃതിച്ചോദ്യമായി മാറ്റിനിർത്താം. മുപ്പതും മുപ്പത്തൊന്നും ദിവസങ്ങളുള്ള മാസങ്ങളെ എങ്ങനെ നിർണ്ണയിക്കാം. ഇതിന് നമുക്ക് "കടപയാദി" ഉപയോഗിക്കാം. പ്രശസ്തകവി കൊടുങ്ങല്ലൂർ കുഞ്ഞിക്കുട്ടൻ തമ്പുരാൻ ഇതിനുവേണ്ടി ഒരു ശ്ലോകം രചിച്ചിട്ടുണ്ട്. താഴെ കൊടുത്തിരിക്കുന്ന വരികൾ ശ്രദ്ധിക്കുക:

"പലഹാരേ പാലു നല്ലൂ
പുലർന്നാലോ കലക്കിലാം

ഇല്ലാപാലെന്ന് ഗോപാലൻ
അംഗമാസം ദിനം ക്രമാൽ"

അവസാനത്തെ വരിയിൽ പറയുന്നത് അംഗമാസത്തിൽ അഥവാ ഇംഗ്ലീഷ് മാസത്തിലുള്ള ദിനങ്ങളുടെ എണ്ണം ക്രമത്തിൽ എന്നാണ്. 30, 31 എന്നിവയിൽ രണ്ട് അക്കങ്ങളാണല്ലോ ഉള്ളത്. അതിനാൽ കവിതയിലെ അക്കങ്ങളെ രണ്ടുവീതമുള്ള ഗ്രൂപ്പുകളായി തിരിക്കുക. ഓരോ രണ്ടക്കവും കടപയാദി പ്രകാരം സൂചിപ്പിക്കുന്ന സംഖ്യ എഴുതുക. ഇതായിരിക്കും ക്രമത്തിൽ ഇംഗ്ലീഷ് മാസങ്ങളിലെ ദിവസങ്ങളുടെ എണ്ണം. ഇവിടെ ഒരു കാര്യം പ്രത്യേകം സൂചിപ്പിക്കാം. കടപയാദിയിൽ 'അങ്കാനാം വാമതോഗതി' എന്ന രീതിയിൽ അക്കങ്ങൾ വലത്തുനിന്ന് ഇടത്തേക്ക് പരിഗണിക്കണം.

കവിതയിലെ വരികൾ ഗ്രൂപ്പു തിരിച്ച് ഓരോ വാക്കും സൂചിപ്പിക്കുന്ന അക്കം താഴെ കൊടുക്കുന്നു

1 3 8 2 1 3 0 3
പല/ ഹാരേ/ പാലു/ നല്ലൂ
1 3 3 0 1 3 1 3
പുല/ർന്നാലോ/കല/ക്കിലാ
0 3 1 3 0 3 1 3
ഇല്ലാ/പാലെ/ന്ന് ഗോ/പാലൻ
അംഗമാസം ദിനം ക്രമാൽ

ഇതിൽ ആദ്യത്തെ രണ്ടക്ഷരം പല. ഇത് 31 നെ സൂചിപ്പിക്കുന്നു. അതായത് ആദ്യത്തെ ഇംഗ്ലീഷ് മാസത്തിന് 31 ദിവസങ്ങൾ. ഹാരേ എന്നതിൽ ഹ എട്ടും ര രണ്ടുമാണ്. അപ്പോൾ ഹാരേ എന്നത് 28 നെ സൂചിപ്പിക്കുന്നു. അതായത് രണ്ടാമത്തെ മാസമായ ഫെബ്രുവരിക്ക് 28 ദിവസങ്ങൾ. ഇതുപ്രകാരം മറ്റു മാസങ്ങളുടെ ദിവസങ്ങൾ താഴെ കൊടുക്കുന്നു.

മാർച്ച് 31, ഏപ്രിൽ 30, മേയ് 31, ജൂൺ 30, ജൂലൈ 31,

ആഗസ്ത് 31, സെപ്തംബർ 30, ഒക്ടോബർ 31, നവംബർ 30, ഡിസംബർ 31

ഇപ്പോൾ കടപയാദിയുടെ ഒരു പ്രയോഗം മനസ്സിലായല്ലോ.

ഇംഗ്ലീഷ് മാസങ്ങളുടെ കാര്യത്തിൽ മാത്രമല്ല മറ്റ് മാസങ്ങളുടെ കാര്യത്തിലും കടപയാദി ഉപയോഗിക്കുന്നുണ്ട്. താഴെ കൊടുത്തിരിക്കുന്ന വരികൾ ശ്രദ്ധിക്കുക.

കൊല്ലത്തിൽ തരളാംഗത്തെ
കൂട്ടിയാൽ കലിവത്സരം
കൊല്ലത്തിൽ ശരജം കൂട്ടി
ക്രിസ്ത്വബ്ദം കണ്ടുകൊള്ളണം.

മലയാളത്തിൽ നാം ഉപയോഗിക്കുന്ന വർഷം മലയാള വർഷം അഥവാ കൊല്ലവർഷം എന്നറിയപ്പെടുന്നു. കൊല്ലവർഷത്തോട് സരളാംഗം കൂട്ടിയാൽ കലിവർഷം കിട്ടും. ത = 6, ര = 2, ളാം = 9, ഗം = 3 ആയതിനാൽ തരളാംഗം 3926 നെ സൂചിപ്പിക്കും. അപ്പോൾ കൊല്ലവർഷത്തോട് 3928 കൂട്ടിയാൽ കലിവർഷം കിട്ടും. കലിവർഷം ഭാരതത്തിന്റെ ദേശീയവർഷമാണ്.

ശ = 5 , ര = 2 , ജ = 8 ആയതിനാൽ ശരജം 825 നെ സൂചിപ്പിക്കും. അതായത് കൊല്ലവർഷത്തോട് 825 കൂട്ടിയാൽ ക്രിസ്തുവർഷം ലഭിക്കും. കൊല്ലവർഷത്തിന്റെ ഇടയിൽ ക്രിസ്തുവർഷം, കലിവർഷം എന്നിവ വരുന്നതിനാൽ ചിലപ്പോൾ ഒന്നിന്റെ വ്യത്യാസം വരാം.

മേൽപ്പത്തൂർ നാരായണഭട്ടതിരി രചിച്ച *നാരായണീയ*ത്തിലെ അവസാനവരിയിൽ ആയുരാരോഗ്യസൗഖ്യം എന്ന് കാണാം. ഈ വരി എഴുതിയ ദിവസത്തിന്റെ അഥവാ *നാരായണീയം* എഴുതിത്തീർത്ത ദിവസത്തിന്റെ *കലിദിനസംഖ്യ* ആയുരാരോഗ്യസൗഖ്യത്തിലുണ്ട്. ഈ കലിദിനസംഖ്യയെ കൊല്ലവർഷത്തിലേക്ക് മാറ്റിയാൽ 762 വൃശ്ചികം 28 എന്ന് ലഭിക്കും. ഈ ദിവസമാണ് മേൽപ്പത്തൂർ നാരായണഭട്ടതിരി *നാരായണീയം* പൂർത്തിയാക്കിയത്.

മഹാകവി ഉള്ളൂർ പരമേശ്വര അയ്യർ അന്തരിച്ചപ്പോൾ

കൃഷ്ണവാരിയർ അദ്ദേഹത്തെക്കുറിച്ച് ദിവ്യം തവ വിജയം എന്ന പേരിൽ ഒരു ശ്ലോകം എഴുതിയിരുന്നു. ദി = 8, വ്യം = 1, ത = 6, വ = 4, വി = 4, ജ = 8, യം = 1 ആയതിനാൽ ദിവ്യം തവ വിജയം എന്നത് 1844618 നെ സൂചിപ്പിക്കുന്നു. ഇത് ആ ദിവസത്തെ കലിദിനസംഖ്യയാണ്. ഇതിനെ ക്രിസ്തുവർഷത്തിലേക്ക് മാറ്റിയാൽ 1949 ജൂൺ 15 എന്ന് ലഭിക്കും. ഈ ദിനത്തിലാണ് മഹാകവി ഉള്ളൂർ അന്തരിച്ചത്.

രണ്ട് കോടികൾ

അക്ഷരസംഖ്യകൾ പഠിപ്പിച്ചിരുന്ന ഒരു ക്ലാസിൽവച്ച് ഒരു ശിഷ്യൻ ഗുരുവിനോട് ചോദിച്ചു. "ഗുരോ, മൂന്നും നാലും അക്കങ്ങളുള്ള സംഖ്യകളെ സൂചിപ്പിക്കാൻ കടപയാദി ഉപയോഗിച്ച് ധാരാളം വാക്കുകൾ നിർമ്മിക്കാം. കണക്കിൽ പലപ്പോഴും ഉപയോഗിക്കുന്ന ഒരു സംഖ്യയായ കോടിക്ക് എട്ട് അക്കങ്ങളുണ്ട്. ഇതിൽ ഏഴക്കങ്ങളും പൂജ്യങ്ങളാണ്. സംഖ്യയുടെ പേര് ചെറുതാണെങ്കിൽ അക്കങ്ങൾ ധാരാളം. കോടിയെ സൂചിപ്പിക്കാൻ കടപയാദി ഉപയോഗിച്ച് വല്ല വാക്കുമുണ്ടോ?"

ഗുരുവിന്റെ മറുപടി ഇപ്രകാരമായിരുന്നു:

"എന്തിനാ ഒന്നുമാത്രം, രണ്ടെണ്ണമായിക്കോട്ടെ. എഴുതിയെടുത്തോളൂ.

ആന നന്ന നനഞ്ഞപ്പോ ഞാനും നന്ന നനഞ്ഞുപോയ്."

ഇതിൽ പ എന്ന അക്ഷരം ഒന്നിനെ സൂചിപ്പിക്കുന്നു എന്ന് നമുക്കറിയാം. ബാക്കിയുള്ള ആ, ഞ, ന എന്നീ അക്ഷരങ്ങളെല്ലാം പൂജ്യത്തെ സൂചിപ്പിക്കുന്നു. അപ്പോൾ തന്നിട്ടുള്ള വാചകങ്ങൾ യഥാക്രമം 000000001 എന്നും 000000010 എന്നും സൂചിപ്പിക്കുന്നു. കടപയാദിയിൽ അക്കങ്ങൾ വലതുനിന്ന് ഇടതുഭാഗ

ത്തേക്ക് പരിഗണിക്കുന്നതിനാലും തുടക്കത്തിലെ പൂജ്യം ഒഴിവാക്കുന്നതിനാലും നമുക്ക് ലഭിക്കുന്നത് 10000000 എന്നാണ്. ഇത് ഒരു കോടിയാണല്ലോ. അതായത് ഒരു കോടി ചോദിച്ചപ്പോൾ രണ്ട് കോടി കിട്ടിയെന്നർത്ഥം. ഇനി ലക്ഷം മതിയെങ്കിൽ നന്ന ഒഴിവാക്കിയാൽ മതി.

കമാ എന്ന ഒരക്ഷരം

“നീ കമാ എന്നൊരക്ഷരം എന്നോട് മിണ്ടരുത്, എയർപോർട്ടിൽ ഒരു ചായയ്ക്ക് അമ്പത് രൂപ കൊടുക്കുമ്പോൾ നീയൊന്നും കമാ എന്നൊരക്ഷരം മിണ്ടില്ല” എന്നൊക്കെ നാം സാധാരണ കേൾക്കാറുണ്ട്. യഥാർത്ഥത്തിൽ കമാ എന്നത് ഒരക്ഷരമല്ല, രണ്ടക്ഷരമാണ്. പക്ഷേ എങ്ങനെ അത് രണ്ടക്ഷരമായി? അതിന്റെ പിന്നിൽ ഒരു ഗണിതമുണ്ട്. നമ്മുടെ കടപയാദിയാണ് ഇതിന്റെ പിന്നിലുള്ളത്.

കടപയാദിപ്പട്ടിക പ്രകാരം ക = 1 മ = 5 ആണല്ലോ. അപ്പോൾ ക മ 15 നെ സൂചിപ്പിക്കുമെങ്കിലും, കടപയാദിയിൽ അക്കങ്ങൾ വലത്തുനിന്ന് ഇടത്തേക്ക് പരിഗണിക്കുന്നതിനാൽ ക മാ 51 നെ സൂചിപ്പിക്കുന്നു. മലയാളത്തിലുള്ള 51 അക്ഷരങ്ങളാണ് ക മാ കൊണ്ട് സൂചിപ്പിക്കുന്നത്. അതായത് മലയാളത്തിലുള്ള അമ്പ ത്തൊന്ന് അക്ഷരങ്ങളിൽ ഒരക്ഷരം പോലും മിണ്ടരുത് എന്നർത്ഥം.

വിദ്യാരംഭത്തിൽ നാം ഹരി ശ്രീ ഗണപതയേ നമഃ എന്ന് ഉപയോഗിക്കാറുണ്ടല്ലോ. ഇതിലെ അക്ഷരസംഖ്യകളുടെ തുക = 28 + 2+ 3 + 5+ 1 + 6 + 1 + 0 + 5 = 51 ആയിരിക്കും. എത്ര ഭംഗി

യായിട്ടാണ് മലയാളത്തിലെ അക്ഷരങ്ങളുടെ എണ്ണം വിദ്യാരംഭത്തിൽ തന്നെ ഈശ്വരസ്തുതിയിൽ ഒളിപ്പിച്ചുവെച്ചിരിക്കുന്നത്.

മലയാളത്തിൽ 51 അക്ഷരമാണോ ഉള്ളത് എന്ന് ചിലർക്ക് സംശയമുണ്ടാകാം. ഇക്കാര്യത്തിൽ കമാ എന്ന ഒരക്ഷരം എന്നോട് മിണ്ടരുത്. അമ്പത്തൊന്നക്ഷരാളി എന്ന് ഞാൻ കേട്ടിട്ടുണ്ട്.

പൈയും കടപയാദിയും

നാം നമ്മുടെ ജീവിതത്തിൽ അനേകം സംഖ്യകൾ കൈകാര്യം ചെയ്യുന്നുണ്ട്. ഒരർത്ഥത്തിൽ നാം സംഖ്യകളുടെ ലോകത്താണ് ജീവിക്കുന്നത് എന്ന് പറയാം. ഈ സംഖ്യകളിൽ ഏറ്റവും പ്രധാനപ്പെട്ട സംഖ്യ ഏത് എന്ന ചോദ്യത്തിന് ഒരേ ഒരു ഉത്തരമേയുള്ളൂ, പൂജ്യം. പക്ഷേ, ലോകത്ത് ഏറ്റവും കൂടുതൽ പേർ പഠനം നടത്തിയിട്ടുള്ള സംഖ്യ ഏതെന്ന് ചോദിച്ചാൽ ഉത്തരം പൈ എന്നായിരിക്കും.

പൈ യഥാർത്ഥത്തിൽ ഒരു സംഖ്യയേയല്ല. രണ്ടു സംഖ്യകളുടെ അംശബന്ധമാണ്. കൃത്യമായി പറഞ്ഞാൽ ഒരു വൃത്തത്തിന്റെ പരിധിയും വ്യാസവും തമ്മിലുള്ള അംശബന്ധം. ഇതിന്റെ ഏകദേശവിലയായി 22/7 എന്നോ 3.14 എന്നോ എടുക്കാറുണ്ട്.

കാര്യം ഇത്ര നിസ്സാരമായി തോന്നാമെങ്കിലും പൈ അത്ഭുതപ്രതിഭാസമാണ്. ഇതിന്റെ കൃത്യമായ വില ഇതുവരെ ആർക്കും കണ്ടുപിടിക്കാൻ സാധിച്ചിട്ടില്ല. 3 ന് ശേഷം ദശാംശഭാഗത്ത് അക്കങ്ങൾ അനന്തമായി ആവർത്തിക്കുന്നു. ജർമ്മൻകാരനായ ലുഡോൾഫ് തന്റെ ജീവിതം മുഴുവൻ തന്നെ ചെലവഴിച്ചത് പൈയുടെ വില കണ്ടുപിടിക്കാനാണ്. ആധുനിക കമ്പ്യൂട്ടറിന്റെ സഹായത്താൽ പൈയുടെ വിലയുടെ

ദശാംശസ്ഥാനത്തെ കോടിക്കണക്കിനു സ്ഥാനങ്ങളിലെ അക്കങ്ങൾ കണ്ടുപിടിച്ചിട്ടുണ്ട്.

പൈയുടെ വിലയിലെ അക്കങ്ങൾ കണ്ടുപിടിക്കാൻ "May I have a large container of coffee"എന്ന വാചകം ഉപയോഗിക്കാവുന്നതാണ് എന്ന് നാം മനസ്സിലാക്കിയല്ലോ. ഇതിലെ ഓരോ വാക്കിലെയും അക്ഷരങ്ങളുടെ എണ്ണമാണ് അക്കമായി ഉപയോഗിക്കുന്നത്. ഇതനുസരിച്ച് പൈ യുടെ വില π = 3.1415926 എന്നിങ്ങനെ ലഭിക്കും. പൈയുടെ വിലയിലെ 100 അക്കങ്ങൾ താഴെ കൊടുക്കുന്നു.

3.1415926535 8979323846 26433832795
028841971 6939937510 582097494459230
78164 06286208998628034825 3421170679

കടപയാദി ഉപയോഗിച്ച് പൈയുടെ വിലയിലെ അക്കങ്ങൾ കണ്ടുപിടിക്കാൻ ധാരാളം മാർഗ്ഗങ്ങൾ പ്രചാരത്തിലുണ്ട്. അവയിൽ ചില മാർഗ്ഗങ്ങൾ താഴെ കൊടുക്കുന്നു.

1. മലയാളത്തിലുള്ള പ്രസിദ്ധമായ ഒരു കവിത താഴെ നോക്കൂ.

ലകടം കൊണ്ട് വട്ടത്തെ
പ്പെരുകി കിഴി ശർമ്മഗൈ
വിട്ടമായി സൂക്ഷ്മമായ് വട്ടം
വരുത്താം വിപരീതമായ്

ഇവിടെ ലകട ത്തിനും ശർമ്മ ഗൈക്കും വില നല്കേണ്ടത് നേരത്തെ സൂചിപ്പിച്ച കടപയാദി പ്രകാരമാണ്. ല = 3, ക = 1, ട = 1, ശ = 5, മ = 5, ഗ = 3 ആണ് വിലകൾ. കടപയാദിയിൽ ഒരു വാക്കിന്റെ അക്ഷരപ്രകാരമുള്ള വില നല്കുന്നത് വലത്തുനിന്ന് ഇടത്തോട്ടാണ്. അതായത് ല, ക, ട എന്നീ അക്ഷരങ്ങൾ യഥാക്രമം 3, 1, 1 എന്നീ അക്കങ്ങളെ സൂചിപ്പിക്കുമെങ്കിലും ലകടം സൂചിപ്പിക്കുന്നത് 113 നെ ആയിരിക്കും. ഇതുപോലെ ശർമ്മ നും 355 നെ സൂചിപ്പിക്കുന്നു. ഇതനുസരിച്ച് പൈയുടെ ഏകദേശവില 355/311 ആയിരിക്കും

2. കോഴിക്കോട് ജില്ലയിലെ വടകരയ്ക്കടുത്ത് കടത്തനാട്ടിലെ ശങ്കരവർമ്മരാജ തന്റെ *സദ്രത്നമാല*യിൽ തന്റെ 16 ദശാംശസ്ഥാനങ്ങൾ വരെയുള്ള വിലയ്ക്ക് "ഭദ്രാം ബുധി സിദ്ധജയ ഗണിതശ്രദ്ധയാസ്മൽ ഭ്രുപഗി" എന്ന് നല്കിയിരിക്കുന്നു.

കടപയാദി അനുസരിച്ച് തന്നെയാണ് ഇതിലെ അക്ഷരങ്ങളുടെ വില നിർണ്ണയിക്കുന്നത്. മറ്റ് അക്ഷരങ്ങൾ സൂചിപ്പിക്കുന്ന അക്കങ്ങൾ താഴെ കൊടുക്കുന്നു. ഇതനുസരിച്ച് ശങ്കരവർമ്മയുടെ മേൽ സൂചിപ്പിച്ച വരി 3.14159265358979324 നെയാണ് സൂചിപ്പിക്കുന്നത്.

3. പൈയും വിലയിലെ അക്കങ്ങൾ ഓർക്കാനുള്ള മറ്റൊരുവഴി ചണ്ഡാംശു ച ണ് ഡാം ശു ച ന്ദ്രാ ധ മ കും ഭി പാ ല എന്നാണ്. ഇതു പ്രകാരമുള്ള അക്കങ്ങൾ താഴെ കൊടുക്കുന്നു.

ച ണ് ഡാം ശു ച ന്ദ്രാ സ മ കും ഭി പാ ല
8 5 3 5 6 2 9 5 1 4 1 3

കടപയാദിയിലെ അക്കങ്ങൾ പരിഗണിക്കുന്നത് അങ്കാനാം വാമതോഗതി (അക്കങ്ങൾ വലത്തുനിന്നും ഇടത്തോട്ട്) എന്നാണല്ലോ. ഇതു പ്രകാരം ഈ വരി സൂചിപ്പിക്കുന്നത് 1 4 1 5 9 2 6 5 3 5 8 എന്നായിരിക്കും.

ഇതനുസരിച്ച് പൈയുടെ വില 3.14159265358 എന്ന് ലഭിക്കുന്നു.

4. പൈയുടെ വിലയിലെ 32 അക്കങ്ങൾ കാണാൻ താഴെ കൊടുത്തിരിക്കുന്ന രണ്ട് വരികൾ സഹായിക്കും. ഈ വരികളിലെ ഓരോ അക്ഷരവും സൂചിപ്പിക്കുന്ന അക്കങ്ങളും താഴെ കൊടുക്കുന്നു.

ഗോ പി ഭാ ഗ്യ മ ധു പ്രാ ത ശൃ ഡി ശോ ഭ ധി സ ന്ധി ഗ
3 1 4 1 5 9 2 6 5 3 5 8 9 7 9 3

ഖ ല ജീ വി ത ഖാ താ വ ഗ ല ഹ ട ല ര സം ധ ര
2 3 8 4 6 2 6 4 3 3 8 3 2 7 9 2

മലയാളത്തിലെ ഒരു പഴയ ഗണിതഗ്രന്ഥമാണ് *കരണപദ്ധതി.* ഇതിൽ ഒരു വൃത്തത്തിന്റെ പരിധി കണ്ടുപിടിക്കാനുള്ള സൂത്ര വാക്യം കൊടുത്തിരിക്കുന്നത് ഇങ്ങനെയാണ്.

അനൂനനൂന്നാനനനൂന്നനിത്യൈ.
സമാഹതാശ്ചക്രകലാവിഭക്താ
ചന്ദ്രാംശു ചന്ദ്രാധമകുഭിപാലൈർ
വ്യാസസ്തദർദ്ധംത്രിമൗർവികസ്വാത്

അതായത് അനൂനനൂന്നാനനനൂന്നനിത്യൈം (10000000000) വ്യാസമുള്ള വൃത്തത്തിന്റെ പരിധി ചന്ദ്രാംശു ചന്ദ്രാധമകുഭി പാല (31415926536) ആയിരിക്കും. ചന്ദ്രാംശു ചന്ദ്രാധമകുഭിപാ ല എന്നത് പൈയുടെ വില സൂചിപ്പിക്കുന്ന കാര്യം നേരത്തെ സൂചിപ്പിച്ചുവല്ലോ.

ഭാരതീ കൃഷ്ണ തീർത്ഥജിയുടെ *Vedic Mathematics* എന്ന ഗ്രന്ഥത്തിലാണ് മേൽപ്പറഞ്ഞ വരികൾ ഉള്ളത്. ഇവ ശ്രീകൃഷ്ണനെയും ശ്രീ ശങ്കരനെയും ആരാധിക്കുന്ന വരികളാണെന്നാണ് ആ ഗ്രന്ഥത്തിൽ സൂചിപ്പിച്ചിരിക്കുന്നത്. കൂടാതെ പൈയുടെ വിലയിലെ 32 അക്കങ്ങൾ ക്രമത്തിൽ കാണാമെന്നും പ്രസ്തുത ഗ്രന്ഥത്തിൽ സൂചിപ്പിക്കുന്നു. ഇത്രയും അത്ഭുതകരമായ വരികൾ ലോകസാഹിത്യ ത്തിലെവിടെയെങ്കിലും ഉണ്ടോ എന്ന് സംശയമാണ്.

സംഗീതവും കടപയാദിയും

ഗണിതശാസ്ത്രത്തിന് വളരെ പ്രാധാന്യമുള്ള വിഷയങ്ങളാണ് കവിതയും സംഗീതവും. വൃത്തങ്ങൾ ഉപയോഗിച്ചാണ് കവിതകൾ എഴുതാറുള്ളത്. വൃത്തമെന്നത് ജ്യാമിതിയിലെ വൃത്തമല്ല, കേക, തരംഗിണി, കളകാഞ്ചി, ശാർദ്ദൂലവിക്രീഡിതം മുതലായവയാണ്. ഓരോ വൃത്തത്തിലും എഴുതുന്ന കവിതകളിൽ ഓരോ വരിയിലും ഇത്ര അക്ഷരങ്ങൾ വേണമെന്ന് നിബന്ധനയുണ്ട്. എണ്ണം മാത്രമല്ല ചില വൃത്തങ്ങളിൽ അക്ഷരങ്ങളെ മൂന്ന് വീതം ഗണമാക്കി ഗുരു, ലഘു അടിസ്ഥാനത്തിൽ തരം തിരിക്കാറുമുണ്ട്. അപ്പോൾ കവിതയെ കവിതയാക്കി മാറ്റുന്നത് ഗണിതമാണെന്ന് പറയാം.

സംഗീതത്തിൽ ഉപയോഗിക്കുന്ന വരികൾ കവിതകളാണല്ലോ. സംഗീതത്തിൽ വരികളിൽ മാത്രമല്ല രാഗം , താളം എന്നിവ ഗണിതവുമായി ബന്ധപ്പെട്ടിരിക്കുന്നു. സമയം ഗണിതത്തിൽ അധിഷ്ഠിതമാണ്. താളത്തെ നിയന്ത്രിക്കുന്നത് സമയമാണല്ലോ.

കവിതയിലും, സംഗീതത്തിലുമുള്ള ഗണിതത്തിന്റെ പ്രാധാന്യം വ്യക്തമായല്ലോ. സംഗീതത്തിൽ 72 മേളരാഗങ്ങളുണ്ട്. ഇവയുടെ പേരുകളിൽ പോലും ഗണിതമുണ്ട്. ഗണിതത്തിലെ കടപയാദി പ്രകാരമാണ് ഇവയ്ക്ക് പേർ നല്കിയിട്ടുള്ളത്. കൃത്യമായി പറഞ്ഞാൽ രാഗത്തിന്റെ പേര് കേട്ടാൽ അത് എത്രാമത്തെ

രാഗമാണെന്ന് പറയാൻ പറ്റും. മേളരാഗത്തിന്റെ പേരിന്റെ ആദ്യത്തെ രണ്ടക്ഷരങ്ങളാണ് ആ രാഗത്തിന്റെ ക്രമം നിശ്ചയിക്കാൻ ഉപയോഗിക്കുന്നത്.

ഉദാഹരണമായി ഒന്നാമത്തെ രാഗം കനകാംഗി. ഇതിൽ ക എന്നത് കടപയാദിപ്രകാരം ഒന്നും ന പൂജ്യവുമാണ്. അതിനാൽ കന സൂചിപ്പിക്കുന്നത് 01 ആണല്ലോ. (കടപയാദിയിൽ അംഗാനാം വാമതോ ഗതി പ്രകാരം അക്കങ്ങൾ വലതുനിന്ന് ഇടത്തോട്ടാണ് പരിഗണിക്കുന്നത്)

ഇനി രണ്ടാമത്തെ രാഗത്തിന്റെ പേര് പരിഗണിക്കാം. ഇത് രത്നാംഗിയാണ്. ഇതിൽ ര എന്നത് കടപയാദിപ്രകാരം രണ്ടും ന പൂജ്യവുമാണ്. കൂട്ടക്ഷരം വരുമ്പോൾ രണ്ടാമത്തെ അക്ഷരമാണ് പരിഗണിക്കേണ്ടത്. ത്ന എന്നതു തയും നയും ആണല്ലോ. അതിനാൽ രത്ന സൂചിപ്പിക്കുന്നത് 02 ആണ്.

ഇങ്ങനെ ക്രമത്തിനനുസരിച്ച് പേർ നല്കുന്നതിന് മുമ്പ് ചില രാഗങ്ങൾക്ക് പേർ നല്കപ്പെട്ടിരുന്നു, ഉദാഹരണം മായാമാളവഗൗളം. ഈ രാഗത്തിന്റെ ആദ്യത്തെ പേര് മാളവഗൗളം എന്നായിരുന്നു. ഈ പേരിന്റെ ആദ്യത്തെ രണ്ടക്ഷരങ്ങൾ മാള, മ അഞ്ചിനെയും ള ഒമ്പതിനെയും സൂചിപ്പിക്കുന്നു. കടപയാദി പ്രകാരം ഇത് 95 ആണ്. പക്ഷേ, ഇത് പതിനഞ്ചാമത്തെ രാഗമാണ്. അതിനാൽ ഇതിന്റെ പേര് പിന്നീട് മായാമാളവഗൗളം എന്നാക്കി. മായാമാളവഗൗളത്തിലെ ആദ്യത്തെ രണ്ടക്ഷരങ്ങൾ മായ. ഇതിൽ മ അഞ്ചിനെയും യ ഒന്നിനെയും സൂചിപ്പിക്കുന്നു. അപ്പോൾ മായ പതിനഞ്ചിനെ സൂചിപ്പിക്കും. മായാമാളവഗൗളം പതിനഞ്ചാം രാഗമാണ്.

ചുരുക്കത്തിൽ ഒരു രാഗത്തിന്റെ പേര് കേട്ടാൽ കടപയാദി ഉപയോഗിച്ച് എത്രാമത്തെ രാഗമാണെന്ന് പറയാൻ സാധിക്കും.

സംഗീതവും ശബ്ദസംഖ്യകളും

സംഗീതത്തിൽ രാഗത്തിന്റെ പേരുകൾ കടപയാദിയുമായി എങ്ങനെ ബന്ധപ്പെട്ടിരിക്കുന്നു എന്ന് നാം മനസ്സിലാക്കിയല്ലോ. മേളരാഗങ്ങൾക്ക് ശബ്ദസംഖ്യകളുമായും ബന്ധമുണ്ട്.

സംഗീതത്തിലെ 72 രാഗങ്ങൾ 12 ചക്രങ്ങളിലായി വിന്യസിച്ചിരിക്കുന്നു. ഈ ചക്രങ്ങൾക്ക് പേരുകൾ നല്കിയിട്ടുള്ളത് ശബ്ദസംഖ്യകളെ അടിസ്ഥാനമാക്കിയാണ്. ചക്രത്തിന്റെ ക്രമനമ്പറും, പേരും, ക്രമനമ്പർ സൂചിപ്പിക്കുന്ന വാക്കും താഴെ കൊടുക്കുന്നു.

നമ്പർ	പേര്	സൂചിപ്പിക്കുന്ന വാക്ക്
1	ഇന്ദു	ഒരു ചന്ദ്രൻ
2	നേത്രം	രണ്ട് കണ്ണുകൾ
3	അഗ്നി	മൂന്ന് യാഗാഗ്നികൾ
4	വേദം	നാല് വേദങ്ങൾ
5	ബാണം	പഞ്ചബാണങ്ങൾ
6	ഋതു	ആറ് ഋതുക്കൾ
7	ഋഷി	സപ്തർഷിമാർ
8	വസു	അഷ്ടവസുക്കൾ
9	ബ്രഹ്മ	നവപ്രജാപതികൾ

10	ദിക്ക്	ദശദിക്കുകൾ
11	രുദ്രൻ	ഏകാദശരുദ്രന്മാർ
12	ആദിത്യൻ	ദ്വാദശആദിത്യന്മാർ

ശബ്ദസംഖ്യകളുടെ കാര്യത്തിൽ വാക്കിന്റെ അർത്ഥത്തിനനുസരിച്ചാണ് സംഖ്യകളെ നിർണ്ണയിക്കുന്നത്. ആകാശം പൂജ്യവും, ചന്ദ്രൻ ഒന്നും, കണ്ണ് മൂന്നുമാണല്ലോ. ആദ്യത്തെ ചക്രത്തിന്റെ പേര് ഇന്ദു എന്നാണ്. ഇന്ദു എന്നത് ചന്ദ്രൻ ആണ്. ചന്ദ്രൻ ഒന്നു മാത്രമായതിനാൽ ഇന്ദു ഒന്നിനെ സൂചിപ്പിക്കുന്നു. ഈ രീതിയിൽ ചക്രത്തിന്റെ പേര് കേട്ടാൽ തന്നെ എത്രാമത്തെ ചക്രമാണെന്ന് പറയാൻ സാധിക്കും.

ബ്രാഹ്മണരും, ശൂദ്രരും പിന്നെ സിംഹവും

ഒരു വലിയ കാട്. ഘോരവനം എന്നു പറയാം. അതിലൂടെ മുപ്പത് പേർ ഒന്നിച്ച് യാത്ര ചെയ്യുന്നു. വനത്തിലൂടെ ഒരു സാഹസികയാത്ര ചെയ്യുന്നതിന്റെ ഒരു ത്രിൽ അവരിലെല്ലാവരിലുമുണ്ട്. കൂടെ ഭയവും. സിംഹവും, ആനയും, കരടിയുമൊക്കെ സ്വൈരവിഹാരം നടത്തുന്ന വനമാണ്. എപ്പോഴും ഒരു ആക്രമണം പ്രതീക്ഷിക്കാം.

പെട്ടെന്നാണ് അത് സംഭവിച്ചത്. ഒരു സിംഹം അവരുടെ മുന്നിൽ ചാടിവീണു. എല്ലാവരും പേടിച്ചു വിറച്ചുപോയി. സിംഹമാണെങ്കിൽ പതിനഞ്ചു ദിവസമായി പട്ടിണിയിലാണ്. ഓരോ ദിവസവും ഓരോ ആളെ കൊന്ന് തിന്നുന്ന പതിവുണ്ട്. ഇപ്പോൾ സിംഹത്തിന് ഭയങ്കരസന്തോഷം. ഒരുതരം ആർത്തിയോടെ സിംഹം അവരെ നോക്കി. പതുക്കെ ഓരോരുത്തരെയായി വകവരുത്താനുള്ള ശ്രമത്തിൽ അവരുടെ അടുത്തേക്ക് നീങ്ങി.

മുപ്പതുപേരും വല്ലാതെ ഭയപ്പെട്ടു. ഒരു രക്ഷയുമില്ല. അവർ ദയനീയമായി സിംഹത്തെ നോക്കി പറഞ്ഞു. "ഞങ്ങൾ പാവങ്ങളാണ്. ഞങ്ങളെ രക്ഷിക്കണം. ഞങ്ങൾ എന്തുവേണമെങ്കിലും ചെയ്യാം."

സിംഹം പറഞ്ഞു: "നിങ്ങൾ പാവങ്ങളല്ല എന്ന് ഞാൻ പറ

ഞ്ഞില്ലല്ലോ. പക്ഷേ, എനിക്ക് ജീവിക്കണ്ടേ? പതിനഞ്ചു ദിവസമായി ഞാൻ ആഹാരം കഴിച്ചിട്ട്. ഓരോ ദിവസവും ഓരോ ആളെ ഭക്ഷിക്കുന്ന പതിവ് എനിക്കുണ്ട്. ഞാൻ ഇപ്പോൾത്തന്നെ നിങ്ങളിൽ പതിനഞ്ചു പേരെ ഭക്ഷിക്കാൻ പോകയാണ്."

മുപ്പതുപേർ പരസ്പരം നോക്കി തൽക്കാലം പതിനഞ്ചു പേരെ മാത്രമേ സിംഹം ഭക്ഷിക്കുകയുള്ളൂ. ആ പതിനഞ്ചുപേരെ സിംഹം എങ്ങനെ തെരഞ്ഞെടുക്കുമെന്നാണ് അറിയേണ്ടത്.

മൃഗങ്ങളിലില്ലാത്ത ഒരു പ്രത്യേകതയാണല്ലോ മനുഷ്യരിലെ വിഭാഗീയത. ഇടത്, വലത്, നായർ, നസ്രാണി എന്നിങ്ങനെ എത്ര വിഭാഗങ്ങൾ മനുഷ്യരിലുണ്ട്. ഈ മുപ്പതുപേരിലും ഉണ്ട്, ഇത്തരമൊരു വിഭാഗീയത. പതിനഞ്ചുപേർ ബ്രാഹ്മണരാണ്. മറ്റ് പതിനഞ്ചുപേർ ശൂദ്രരും.

ശൂദ്രരെ ഭക്ഷിച്ചോളൂ ബ്രാഹ്മണരെ വിട്ടയക്കൂ എന്നിപ്പോൾ സിംഹത്തോട് പറയാൻ പറ്റുമോ? മൃഗങ്ങൾക്കു പോലുമില്ലാത്ത ഈ വിഭാഗീയത സിംഹത്തിന്റെ മുന്നിൽ അവതരിപ്പിച്ചാൽ, ചിലപ്പോൾ ദ്വേഷ്യം കൊണ്ട് ബ്രാഹ്മണരെ മുഴുവൻ തിന്നാനും മതി. ഓരോരുത്തരും അവനവൻ എങ്ങനെ രക്ഷപ്പെടാം എന്ന മാർഗ്ഗമാണ് പ്രധാനമായി ആലോചിച്ചത്. കഴിയുമെങ്കിൽ നമ്മുടെ വിഭാഗത്തെ മുഴുവൻ രക്ഷപ്പെടുത്തണം. സിംഹമാണെങ്കിൽ ആർത്തി പൂണ്ടിരിക്കുകയാണ്. പതിനഞ്ചുപേരെ തെരഞ്ഞെടുക്കുന്നവിധം അവർക്ക് വിട്ടിരിക്കുകയാണ്.

ഒടുവിൽ ഒരു ബ്രാഹ്മണൻ ഒരു നിർദ്ദേശം വെച്ചു. എല്ലാവരും ഒരു വൃത്തത്തിന്റെ ആകൃതിയിൽ വരിയായി നില്ക്കുക. ബ്രാഹ്മണനെന്നോ ശൂദ്രനെന്നോ കണക്കാക്കാതെയാണ് നില്ക്കേണ്ടത്. അതായത് ഇടവിട്ട് നില്ക്കണം, പക്ഷേ, ഒരു ബ്രാഹ്മണൻ, ഒരു ശൂദ്രൻ എന്ന നിലയിലല്ലാ. പല ക്രമത്തിലായിക്കോട്ടെ.

ക്രമത്തിലും തർക്കം വന്നു. ഒരു ബ്രാഹ്മണൻ ഒരു വിധത്തിൽ അവരെ വരിവരിയായി നിർത്തി.

അയാൾ സിംഹത്തോട് പറഞ്ഞു: "മൃഗരാജൻ, ഞങ്ങളി

പ്പോൾ വൃത്താകൃതിയിൽ വരിയായി നില്ക്കുകയാണ്. ഈ വരിയിൽ എന്നെ ഒന്നാമനായി കണക്കാക്കുക. എന്നിൽനിന്ന് തുടങ്ങി ഒമ്പതാമത്തെ ആളിനെ ആദ്യം ഭക്ഷിക്കുക. പിന്നീട് അവിടെനിന്ന് എണ്ണം ആരംഭിക്കുക. ഒമ്പതാമത്തെ ആളിനെ ഭക്ഷിക്കുക. ഇങ്ങനെ പതിനഞ്ച് ആളുകളെ ഭക്ഷിക്കുക. ബാക്കിയായി വരുന്ന പതിനഞ്ചു പേരെ പോകാൻ അനുവദിക്കുക.

നിർദ്ദേശം എല്ലാവർക്കും സ്വീകാര്യമായി. എന്തുചെയ്യും? സ്വീകരിക്കാതെ നിവൃത്തിയില്ലല്ലോ.

സിംഹം തന്റെ ക്രിയ ആരംഭിച്ചു. ഒന്നാമനിൽനിന്ന് തുടങ്ങി ഒമ്പതാമനെ കണ്ടെത്തി ഭക്ഷണമാക്കി. അവിടെനിന്ന് വീണ്ടും ഒമ്പതാമനെ കണ്ടെത്തി... ഇങ്ങനെ പതിനഞ്ചുപേരെ ശാപ്പിട്ടു. ബാക്കി പതിനഞ്ചുപേരെ സിംഹം സ്വതന്ത്രരാക്കി.

ഇങ്ങനെ സ്വതന്ത്രരാക്കപ്പെട്ട പതിനഞ്ചു പേരും ബ്രാഹ്മണരായിരുന്നു !! ഇവിടെയാണ് അത്ഭുതകരമായി ഗണിതത്തെ ബ്രാഹ്മണർ ഉപയോഗപ്പെടുത്തിയത്. ഒരു നിശ്ചിത ക്രമത്തിൽ വൃത്താകൃതിയിൽനിന്നാണ് അവർ പണി പറ്റിച്ചത്.

ആദ്യം ബ്രാഹ്മണർ പിന്നീട് ശൂദ്രർ എന്നിങ്ങനെ ക്രമത്തിൽ താഴെ കൊടുത്തിരിക്കുന്ന എണ്ണപ്രകാരമാണ് അവർ ക്രമം പാലിച്ചത്.

4 5 2 1 3 1 1 2 2 3 1 2 2 1

ഇങ്ങനെയുള്ള എണ്ണപ്രകാരം വൃത്താകൃതിയിൽ നിരന്നുനിന്നാൽ ഒമ്പതാമതായി (ഒമ്പതാമനെ നീക്കം ചെയ്ത്) എണ്ണുന്നവരെല്ലാം ഒരേ ജാതിയിൽപ്പെട്ടവരായിരിക്കും.

ഗണിതശാസ്ത്രത്തിൽ വളരെ പ്രശസ്തമായ കടപയാദി എന്ന അക്ഷര സംഖ്യാരീതി ഉപയോഗിച്ച് "ഭീമപ്രിയ ലോകപരസ്ത്രീലോകരഖായാം." എന്ന വരിയിലൂടെ ഈ സംഖ്യകൾ ഓർക്കാൻ സാധിക്കും.

'കടപയാദി' പ്രകാരം എങ്ങനെ ഓരോ അക്ഷരവും സൂചിപ്പിക്കുന്ന സംഖ്യ കണ്ടുപിടിക്കാമെന്ന് പേജ് 21ൽ കൊടുത്തിരിക്കുന്ന പട്ടികയിൽനിന്ന് മനസ്സിലാക്കാം.

ഈ പട്ടിക പ്രകാരം ഭ = 3, 5 = 5 എന്നിങ്ങനെ ഓരോ അക്ഷരവും സൂചിപ്പിക്കുന്ന സംഖ്യകൾ കണ്ടുപിടിക്കാം. സ്വരാക്ഷരങ്ങളെല്ലാം പൂജ്യത്തെ സൂചിപ്പിക്കുന്നു. പ്രി എന്നതിൽ പ് + ര + ഇ എന്നാണ് സ്വീകരിച്ചിട്ടുള്ളത്. മലയാളിയുടെ ഗണിത വിജ്ഞാനത്തിന്റെ അത്ഭുതകരമായ ഒരു ഉദാഹരണമായി ഈ കഥ ചൂണ്ടിക്കാട്ടാം.

അക്ഷരസംഖ്യകൾ ആര്യഭടന്റെ രീതി

കടപയാദി എന്ന അക്ഷരസംഖ്യാരീതിയിൽ നാം നമ്മുടെ ജീവിതത്തിൽ അക്ഷരങ്ങൾക്ക് 0 മുതൽ 9 വരെയുള്ള 10 വിലകൾ മാത്രമേ നല്കുന്നുള്ളു. അതായത് ഒരക്ഷരത്തിന് ഒരക്കം മാത്രം. ഇതിൽ ഒരക്ഷരത്തിന് ഒരിക്കലും ഒന്നിൽക്കൂടുതൽ അക്കങ്ങൾ നല്കുന്നില്ല. ഒരക്കത്തിന് ഒന്നിൽ കൂടുതൽ അക്ഷരങ്ങൾ നല്കുന്നുണ്ട്.

ഭാരതത്തിലെ പ്രശസ്തഗണിതശാസ്ത്രജ്ഞൻ ആര്യഭടൻ ഇതിന് വ്യത്യസ്തമായ ഒരു രീതിയാണ് ഉപയോഗിച്ചത്. അദ്ദേഹം ഒരക്ഷരത്തിന് ഒരക്കം മാത്രമല്ല വലിയ സംഖ്യകളും നല്കുകയുണ്ടായി. പക്ഷേ, ഒരു സംഖ്യക്ക് ഒരക്ഷരം മാത്രം. കടപയാദിയിൽ ക, ട, പ, യ എന്നീ നാല് അക്ഷരങ്ങൾക്ക് 1 എന്ന വിലയാണല്ലോ. പക്ഷേ, ആര്യഭടൻ ഓരോ അക്ഷരത്തിനും പ്രത്യേകം വിലകളാണ് നല്കിയത്. ആര്യഭടന്റെ അക്ഷരസംഖ്യാരീതി താഴെ കൊടുക്കുന്നു.

ആര്യഭടൻ ക മുതൽ മ വരെയുള്ള 25 അക്ഷരങ്ങൾക്ക് 1 മുതൽ 25 വരെയുള്ള സംഖ്യകളാണ് നല്കിയത്. പിന്നീട് യ, ര, ല, വ, ശ, ഷ, സ എന്നിവയ്ക്ക് യഥാക്രമം 30, 40, 50, 60, 70, 80, 90 എന്നിങ്ങനെ വിലകൾ നല്കി.

അപ്പോൾ ആര്യഭടൻ അക്ഷരങ്ങൾക്ക് നല്കിയ വിലകൾ താഴെ കൊടുക്കുന്നു:

ക	1	ഠ	12	ബ	23
ഖ	2	ഡ	13	ഭ	24
ഗ	3	ഢ	14	മ	25
ഘ	4	ണ	15	യ	30
ങ	5	ത	16	ര	40
ച	6	ഥ	17	ല	50
ഛ	7	ദ	18	വ	60
ജ	8	ധ	19	ശ	70
ഝ	9	ന	20	ഷ	80
ഞ	10	പ	21	സ	90
ട	11	ഫ	22		

അ, ഇ, ഉ, ഋ, ഇല്, എ, ഐ, ഒ, ഔ എന്നീ 9 സ്വരാക്ഷരങ്ങൾക്ക് ക്രമത്തിൽ 100^{0}, 100, 100^{2}, 100^{3}, 100^{4}, 100^{5} 100^{6}, 100^{7}, 100^{8}, 100^{9} എന്നിങ്ങനെയാണ് വിലകൾ നല്കിയത്. ഇത് ക്രമത്തിൽ 1, 100, 10000, 1000000, ...എന്നിങ്ങനെ വിലകളാണ്. (ഇതിൽ ഇല് എന്ന ഒരു സ്വരാക്ഷരം ഒറ്റ ലിപിയിൽ മുമ്പ് പ്രചാരത്തിലുണ്ടായിരുന്നു.)

അക്ഷരങ്ങൾ ചേരുമ്പോൾ ഗുണനഫലമാണ് കാണേണ്ടത്.

ഉദാഹരണമായി ഗ = 3, ഇ =100 ആയതിനാൽ ഗി = 3 x 100 =300 നെ സൂചിപ്പിക്കുന്നു. കുറഞ്ഞ അക്ഷരങ്ങൾ കൊണ്ട് വലിയ സംഖ്യകളെ സൂചിപ്പിക്കാം എന്നതാണ് ഇതിന്റെ സവിശേഷത. ആര്യഭടൻ ഈ രീതി തന്റെ *ആര്യഭടീയ*ത്തിൽ ഉപയോഗിച്ചിട്ടുണ്ട്.

തറയിലെ പൈ

ഗണിതശാസ്ത്രത്തിൽ ഏറ്റവും കൂടുതൽ പഠനം നടന്നിട്ടുള്ള സംഖ്യയാണ് പൈ എന്ന സംഖ്യ. ഒരു വൃത്തത്തിന്റെ പരിധിയും വ്യാസവും തമ്മിലുള്ള അംശബന്ധത്തെ ഒരു ഗ്രീക്ക് അക്ഷരമായ π (പൈ)കൊണ്ട് സൂചിപ്പിക്കുന്നു. ഇത് ഒരു സ്ഥിര സംഖ്യയാണെങ്കിലും കൃത്യമായ വില ഇതുവരെ കണ്ടുപിടിച്ചിട്ടില്ല. ആധുനിക കമ്പ്യൂട്ടർ ഉപയോഗിച്ച് പൈയുടെ വിലയുടെ ലക്ഷക്കണക്കിന് സ്ഥാനങ്ങൾ കണ്ടെത്തിയിട്ടുണ്ട് എന്നത് ശരി തന്നെ, പക്ഷേ, കൃത്യമായ വില കണ്ടെത്തൽ സാദ്ധ്യമല്ല തന്നെ.

ലോകം സംഖ്യാമയമാണെന്ന് പ്രശസ്തഗണിതശാസ്ത്രജ്ഞൻ പൈഥഗോറസ് പ്രസ്താവിച്ചിട്ടുണ്ടല്ലോ. ഇത്രയും അത്ഭുതകരമായ സംഖ്യ കേരളത്തിലെ ഒന്നാം ക്ലാസിൽ പഠിപ്പിക്കുന്ന ആദ്യത്തെയും രണ്ടാമത്തെയും വാക്കുകളിൽ തന്നെ കാണാം. ഒന്നാം ക്ലാസിൽ പഠിപ്പിക്കുന്ന ആദ്യവാക്കുകൾ തറ, പറ എന്നാണല്ലോ. 'ആദ്യം തന്നെ കുട്ടികളെ തറ എന്ന് പഠിപ്പിച്ചാൽ കുട്ടികളെങ്ങനെ നന്നാകും എന്ന് ഒരു രസികൻ പറഞ്ഞതോർക്കുന്നു. തറയിലും പറയിലും പൈ എവിടെ എന്ന് നമുക്ക് പരിശോധിക്കാം.

ആരം r ആയ ഒരു വൃത്തത്തിന്റെ പരിധി $2\pi r$ ആയിരിക്കുമല്ലോ. അതായത് ആരം 1 ആയാൽ പരിധി 2π ആയിരിക്കും.

വൃത്തത്തിന്റെ പരിധി എന്നാൽ വൃത്തത്തിന്റെ ഒരു ബിന്ദുവിൽ നിന്നും വൃത്തത്തിലൂടെ അതേ ബിന്ദു വരെയുള്ള നീളം അഥവാ ആ വൃത്തം തന്നെ ആയിരിക്കും. അപ്പോൾ വൃത്തത്തിന്റെ പകുതിയുടെ നീളം π ആയിരിക്കും. വൃത്തത്തിന്റെ പകുതി റ എന്ന അക്ഷരമാണ്. അപ്പോൾ തറയിലെയും പറയിലെയും റ π ആണ്. അതായത് ആദ്യം പഠിപ്പിക്കുന്ന വാക്കുകളിൽത്തന്നെ ഗണിതത്തിലെ ഏറ്റവും പ്രധാനപ്പെട്ട സംഖ്യകളിലൊന്നുണ്ട് എന്ന് കാണാം.

ആരം r ആയ ഒരു വൃത്തത്തിന്റെ വിസ്തീർണ്ണം πr^2 ആയിരിക്കുമല്ലോ. ആരം 1 ആയാൽ വിസ്തീർണ്ണം π ആയിരിക്കും. അതായത് ആരം 1 ആയ വൃത്തത്തിന്റെ വിസ്തീർണ്ണം π ആയിരിക്കും.

അഗ്രമുഖത്തിന്റെ ആരം r ഉം ഉയരം h ഉം ആയ ഒരു വൃത്തസ്തംഭത്തിന്റെ വ്യാപ്തം $\pi r^2 h$ ആയിരിക്കുമല്ലോ. ഇതിൽ ആരവും ഉയരവും 1 ആയാൽ വ്യാപ്തം π ആയിരിക്കും. അപ്പോൾ നീളത്തിലും വിസ്തീർണ്ണത്തിലും വ്യാപ്തത്തിലും പൈ കാണാം.

സംഖ്യകൾക്ക് കോഡുകൾ

മലയാളത്തിൽ നാം എണ്ണുന്നതിന് ഒന്ന്, രണ്ട്, മൂന്ന്,.... എന്നിങ്ങനെയുള്ള വാക്കുകളാണല്ലോ ഉപയോഗിക്കുന്നത്. രഹസ്യമായി സംഖ്യകളെ അറിയിക്കാൻ കേരളത്തിലെ ചില സ്ഥലങ്ങളിൽ സംഖ്യകൾക്ക് കോഡുകൾ ഉപയോഗിക്കാറുണ്ട്. കച്ചവടക്കാരും മറ്റുമാണ് ഇത്തരത്തിൽ രഹസ്യമായി സംഖ്യകൾ കൈകാര്യം ചെയ്യുന്നതിന് കോഡുകൾ ഉപയോഗിച്ചിരുന്നത്. മറ്റ് ഭാഷകളുടെ സ്വാധീനമാണ് ഇത്തരം കോഡുകൾ രൂപപ്പെടാൻ കാരണമായത്. ഒരു രഹസ്യഭാഷയിൽ ഉപയോഗിക്കുന്ന കോഡുകൾ താഴെ കൊടുക്കുന്നു.

ഏവത്- ഒന്ന്
ചെനായം-രണ്ട്
ചെലോശ-മൂന്ന്
അർബ- നാല്
അംശ- അഞ്ച്
ശിശ- ആറ്
ശിവ- ഏഴ്
ചെമോന-എട്ട്
ചെമോന ഏവത്- ഒമ്പത്
അസോറ-പത്ത്

ഒന്നു മുതൽ പത്ത് വരെ സംഖ്യകൾ ഇങ്ങനെ പോകുന്നു. പിന്നീട് ഓരോന്നിനോടും ഏവത്, ചെനായം, ചെലോശ എന്ന് ചേർത്ത് തുടങ്ങുന്ന അക്കങ്ങൾ പറയുന്നു. ഉദാഹരണമായി അസോറ ഏവത്-11, അസോറ ചെനായം-12 ...എന്നിങ്ങനെ. 41 എന്ന് പറയുന്നതിന് അർബ ഏവത് എന്ന് ഉപയോഗിക്കുന്നു. 20 ന് ഇസ്രി എന്നും ഇരുപത്തി അഞ്ചിന് ഇസ്രി അംശ എന്നും പ്രയോഗിക്കാം. കാൽ എന്ന് പറയുന്നതിന് പാദം, അര എന്നതിന് അസി, മുക്കാൽ എന്ന് ഉപയോഗിക്കുന്നതിന് മുക്ളച്ചി എന്നും പറയുന്നു. ഏവത് മുക്ളച്ചി എന്ന് പറഞ്ഞാൽ ഒന്നേമുക്കാൽ എന്നർത്ഥം. നൂറിന് അക്ക് എന്നാണ് ഉപയോഗിക്കുന്നത്.

മാന്ത്രികചതുരനിർമ്മിതി കവിതകളിലൂടെ

മാന്ത്രികച്ചതുരങ്ങൾ നിർമ്മിക്കാൻ പുരാതനകാലത്തു തന്നെ ചില വഴികൾ ആവിഷ്കരിക്കപ്പെട്ടിരുന്നു. അച്ചടിവിദ്യ പ്രചാരത്തിലില്ലായിരുന്ന മുൻകാലങ്ങളിൽ ഗണിതവിഷയങ്ങൾ കവിതാ രൂപത്തിലാണ് കൈകാര്യം ചെയ്യപ്പെട്ടിരുന്നത്. പുരാതന ഗണിതഗ്രന്ഥങ്ങളായ *ആര്യഭടീയ*വും *ലീലാവതി*യുമൊക്കെ കവിതരൂപത്തിലാണല്ലോ. ഉരുവിട്ടുപഠിക്കാൻ കവിതാ രീതിയാണ് അനുയോജ്യം. ഈണത്തിൽ ചൊല്ലാനും ഹൃദിസ്ഥമാക്കാനും ഓർത്തിരിക്കാനുമെല്ലാം കവിതയാണഭികാമ്യം.

മാന്ത്രികച്ചതുരങ്ങൾ നിർമ്മിക്കുന്നതിന് സഹായിക്കുന്ന കവിതകൾ മലയാളത്തിലും സംസ്കൃതത്തിലും പ്രചാരത്തിലുണ്ടായിരുന്നു. മലയാളത്തിലുള്ള ഒരു കവിത താഴെ കൊടുക്കുന്നു.

‘അർദ്ധത്തിൽനിന്നൊന്നു കുറച്ചു രണ്ടിൽ
നവംപതിന്നാറഥ ഋദ്വിഗ്വജങ്ങൾ
തിഥിക്കു പത്തും പുനരൊന്നിലിത്ഥം
രസിച്ചു ഗേഹേ കവിമന്നനാം ഞാൻ’

ഇത് 4 വരിയും 4 നിരയുമുള്ള മാന്ത്രികച്ചതുരം നിർമ്മിക്കാനാണ് ഉപയോഗിക്കുന്നത്. ഇത്തരം മാന്ത്രിക ചതുരങ്ങൾക്ക് ആകെ 16 കള്ളികൾ ഉണ്ടായിരിക്കും. ആദ്യം 4 വരിയും 4 നിരയുമുള്ള ഒരു ചതുരം വരയ്ക്കുക. എത്ര തുക വരുന്ന മാന്ത്രികചതുരവും ഈ കവിത ഉപയോഗിച്ച് നിർമ്മിക്കാം. ഓരോ വരിയിലും നിരയിലുമുള്ള സംഖ്യകളുടെ തുക അഥവാ മാന്ത്രികസംഖ്യ എത്ര വേണമെന്ന് ആദ്യം തീരുമാനിക്കുക. ഉദാഹരണമായി മാന്ത്രികസംഖ്യ 48 വരുന്ന ഒരു മാന്ത്രികച്ചതുരം നിർമ്മിക്കണമെന്നിരിക്കട്ടെ.

കവിതയിൽ 'അർദ്ധത്തിൽനിന്നൊന്നു കുറച്ചു' എന്നത് സൂചിപ്പിക്കുന്നത് മാന്ത്രികസംഖ്യയുടെ പകുതിയിൽനിന്ന് ഒന്നു കുറയ്ക്കാനാണ്. 48 ന്റെ പകുതി 24. ഇതിൽ '1' കുറച്ചാൽ 23. ഈ സംഖ്യ രണ്ടാം കള്ളിയിൽ ചേർക്കുക. പിന്നീട് ഓരോന്ന് വീതം കുറച്ച് യഥാക്രമം 9,16,7,8,15,10,1 എന്നീ കള്ളികളിൽ ചേർക്കുക. ഇപ്പോൾ ആകെ 8 കള്ളികൾ പൂരിപ്പിച്ചിരിക്കും. ബാക്കിയുള്ള 8 കള്ളികൾ പൂരിപ്പിക്കുന്നവിധമാണ് നാലാമത്തെ വരിയിൽ പറഞ്ഞിരിക്കുന്നത്.

അക്ഷരസംഖ്യാ രീതിയിലാണ് ഇവിടെ പൂരിപ്പിക്കുന്നവിധം പറഞ്ഞിട്ടുള്ളത്. കടപയാദി എന്ന അക്ഷരസംഖ്യരീതി പ്രകാരം മലയാളത്തിലെ ഓരോ അക്ഷരവും ഓരോ സംഖ്യ സൂചിപ്പിക്കുന്നതായി കണക്കാക്കപ്പെട്ടിരിക്കുന്നു. ഇങ്ങനെ സൂചിപ്പിക്കുന്ന സംഖ്യകൾ ഒമ്പതാം പേജിൽ കൊടുത്തിരിക്കുന്നു.

കവിതയിൽ സൂചിപ്പിക്കുന്ന അക്ഷരങ്ങൾ ര, സ, ച, ഗ, ഹ, ക, വ, മ, ന, ന, ഞ, ന എന്നിവയാണ്. ഇതിൽ അവസാനത്തെ 4 അക്ഷരങ്ങൾ പൂജ്യത്തെ സൂചിപ്പിക്കുന്നു. ഇവ പരിഗണിക്കേണ്ടതില്ല. ആദ്യത്തെ 8 അക്ഷരങ്ങൾ ക്രമത്തിൽ 2, 7, 6, 3, 8, 1, 4, 5 എന്നീ സംഖ്യകളെ സൂചിപ്പിക്കുന്നു. ഈ സംഖ്യകൾ ഒഴിവുള്ള കള്ളികളിൽ ക്രമത്തിൽ പൂരിപ്പിക്കുക. ഇപ്പോൾ ആവശ്യമായ തുകയിലുള്ള മാന്ത്രികച്ചതുരം പൂർത്തിയായതായി കാണാം.

ഈ രീതിയിൽ തുക 48 വരുന്ന മാന്ത്രികച്ചതുരം താഴെ കൊടുക്കുന്നു.

7	19	1	21
2	20	8	18
23	3	17	5
16	6	22	4

ഇതിൽ 1 മുതൽ 8 വരെയുള്ള സംഖ്യകൾ തുടർച്ചയായി ഉപയോഗിച്ചിരിക്കുന്നതായി കാണാം. ഈ രീതിയിൽ നിർമ്മിക്കുന്ന ഏത് മാന്ത്രികച്ചതുരത്തിലും ഇവ തുടർച്ചയായി കാണാം.

ഇരട്ടസംഖ്യ തുകയായി വരുന്ന മാന്ത്രികച്ചതുരങ്ങളിൽ പൂരിപ്പിച്ചിരിക്കുന്ന സംഖ്യകൾ പൂർണ്ണസംഖ്യകളായിരിക്കും. തുക ഒറ്റ സംഖ്യയാകുമ്പോൾ പകുതി പൂർണ്ണസംഖ്യയല്ലാതാകും. ഓരോന്നുവീതം കുറയ്ക്കുന്നതിനാൽ കുറച്ചു കിട്ടുന്ന ഫലവും ഭിന്നസംഖ്യയായിരിക്കും. മറ്റു സംഖ്യകൾ തുക വരുന്ന മാന്ത്രികച്ചതുരങ്ങൾ നിങ്ങൾ നിർമ്മിക്കുമല്ലോ.

മാന്ത്രികച്ചതുരം നിർമ്മിക്കുന്നതിന് ഇനി നമുക്ക് മറ്റൊരു കവിത പരിഗണിക്കാം.

"വാചാകൃതാർദ്ധം കൃതമേകമുന
ദ്വിഗേഗ്രഹേ ഷോഡശസപ്തനാഗഃ
തീഗോദശായാം പ്രഥമേദ്വിസപ്ത
ഷഡ്ത്രിംഞ്ച നാഗേകചതുർത്ഥം പഞ്ചഃ"

ഏത് തുകയാണോ ആവശ്യം അതിന്റെ പകുതിയിൽനിന്ന് ഒന്നുവീതം കുറയ്ക്കുക. ഈ സംഖ്യ രണ്ടാമത്തെ കള്ളിയിൽ എഴുതുക. ഈ സംഖ്യകൾ പൂരിപ്പിക്കേണ്ട കള്ളികളാണ്

ശ്ലോകത്തിൽ പിന്നീട് നല്കിയിട്ടുള്ളത്. ഗ്രഹേ എന്നത് 9 നെ സൂചിപ്പിക്കുന്നു. ഗ്രഹങ്ങൾ ഒമ്പത് എന്ന പഴയ ആശയത്തിലാണ് മുമ്പ് നവഗ്രഹങ്ങൾ എന്ന് സൂചിപ്പിച്ചിരുന്നത്. ഇപ്പോൾ ഗ്രഹങ്ങളുടെ എണ്ണം എട്ടാണെങ്കിലും പഴയ കവിത എന്ന നിലയിൽ ഗ്രഹങ്ങളുടെ എണ്ണം ഒമ്പതായി പരിഗണിക്കുക.

ഷോഡശ 16 ഉം സപ്ത 7 ഉം നാഗ 8 ഉം തീഗേ 15 ഉം ദശായാം 10 ഉം പ്രഥമേ 1 ഉം കള്ളികൾ സൂചിപ്പിക്കുന്നു. ഇങ്ങനെ 8 കള്ളികൾ പൂരിപ്പിക്കുക. ബാക്കി 8 കള്ളികൾ പൂരിപ്പിക്കുന്നതിന് പിന്നീടുള്ള ഭാഗം ഉപയോഗിക്കാം. ദ്വി(2), സപ്ത(7), ഷഡ് (6), ത്രിംഞ്ചം (3), നാഗ(8), ഏക (1), ചതുർത്ഥം (4), പഞ്ച (5) എന്നീ സംഖ്യകൾ ക്രമമായി പൂരിപ്പിക്കാനാണ് ഈ ഭാഗം സൂചിപ്പിക്കുന്നത്. ഇങ്ങനെ പൂരിപ്പിച്ചാൽ മുകളിൽ കൊടുത്തിരിക്കുന്ന മാന്ത്രികച്ചതുരം ലഭിക്കും.

ഇതേ വഴി സൂചിപ്പിക്കുന്ന മറ്റൊരു കവിത താഴെ കൊടുക്കുന്നു.

"നാകനാഥ നദീനീരേ
മാനംഗനീ ഘനസ്തനീ
ഇഷ്ടാർദ്ധേ ഏക ശൂന്യം
ഗജപാദക്രമാൽ ലിഖാൽ.

ഇതിലെ ആദ്യത്തെ 2 വരികൾ സ്ഥിരസംഖ്യകളായ 1 മുതൽ 8 വരെയുള്ള സംഖ്യകൾ പൂരിപ്പിക്കുന്ന വിധം പ്രസ്താവിച്ചിരിക്കുന്നു. അക്ഷരസംഖ്യകളാണ് ഇവിടെയും ഉപയോഗിച്ചിട്ടുള്ളത്.

സാധാരണയായി അക്ഷരസംഖ്യകൾ സൂചിപ്പിക്കുന്നത് വലത്തുനിന്ന് ഇടത്തോട്ടാണ്. ഉദാഹരണമായി 'കവിത' എന്ന പദം സൂചിപ്പിക്കുന്ന സംഖ്യ 641 ആയിരിക്കും. അതായത് വലത്തുനിന്ന് ഇടത്തേക്കാണ് അക്കങ്ങൾ പരിഗണിക്കേണ്ടത്.

കവിതപ്രകാരം മാന്ത്രികച്ചതുരത്തിലെ കള്ളികൾ പൂരിപ്പിക്കുന്നവിധം താഴെ കൊടുക്കുന്നു. കൂട്ടക്ഷരം വരുമ്പോൾ

രണ്ടാമത്തേതിനാണ് പ്രാധാന്യം നല്കേണ്ടത്. സ്ത എന്നതിൽ 'ത' പരിഗണിച്ചാൽ മതി.

ഥ	നാ	ക	നാ
രേ	നീ	ദീ	ന
നി	ഗ	നാം	മാ
നീ	ത	ന	ഘ

ഇതിലെ അക്ഷരങ്ങൾ സൂചിപ്പിക്കുന്ന സംഖ്യകൾ താഴെ കൊടുക്കുന്നു. 'ന' പൂജ്യത്തെ സൂചിപ്പിക്കുന്നതിനാൽ ആ കള്ളികൾ ഒഴിവാക്കി വച്ചിരിക്കുന്നു.

7		1	
2		8	
	3		5
	6		4

ബാക്കിയുള്ള 8 കള്ളികൾ പൂരിപ്പിക്കുന്നതിനുള്ള വഴി അടുത്ത വരികളിൽ കാണാം. പകുതിയിൽനിന്ന് ഒന്നുവീതം കുറച്ച് ശൂന്യമായ കള്ളികളിൽ 'ഗജപാദക്രമ' ത്തിൽ പൂരിപ്പിക്കണം. ഈ രീതിയിൽ തുക 48 വരുന്ന മാന്ത്രികചതുരം താഴെ കൊടുക്കുന്നു.

16	23	2	7
6	3	20	19
22	17	8	1
4	5	18	21

മാന്ത്രികചത്വരങ്ങൾ നിർമ്മിക്കാൻ ധാരാളം വഴികൾ ഇന്ന് കണ്ടെത്തിയിട്ടുണ്ടെങ്കിലും എളുപ്പത്തിൽ ഹൃദിസ്ഥമാക്കാവുന്ന കവിതകൾ ദുർല്ലഭമാണ്. മറ്റ് തുകവരുന്ന മാന്ത്രികചത്വരങ്ങൾ നിർമ്മിക്കാൻ നിങ്ങൾ ശ്രമിക്കുമല്ലോ?

സംഖ്യകളില്ലാത്ത മാന്ത്രികചതുരം

തുകകൾ തുല്യമാകത്തക്ക വിധത്തിൽ വരിയിലും നിരയിലുമായി എഴുതിയ സംഖ്യാക്രമങ്ങളാണ് മാന്ത്രികചതുരം എന്നറിയപ്പെടുന്നത്. ഒന്നു മുതൽ ഒമ്പത് വരെയുള്ള സംഖ്യകൾ തുക 15 ആകത്തക്കവിധത്തിൽ എഴുതിയ മാന്ത്രികചതുരം താഴെ കൊടുക്കുന്നു.

8	1	6
3	5	7
4	9	2

മുകളിൽ കൊടുത്തിരിക്കുന്ന മാന്ത്രികചതുരത്തിൽ ഒമ്പത് സംഖ്യകൾ ഉപയോഗിച്ചിരിക്കുന്നു. എന്നാൽ സംഖ്യകളൊന്നും ഉപയോഗിക്കാത്ത ഒരു മാന്ത്രികചതുരം താഴെ കൊടുക്കുന്നു.

S	A	T	O	R
A	R	E	P	O
T	E	N	E	T
O	P	E	R	A
R	O	T	A	S

വരിയും നിരയുമായി അക്ഷരങ്ങൾ മാത്രം ഉപയോഗിച്ചിട്ടുള്ള ഈ മാന്ത്രികച്ചതുരം ടെംപ്ളാർ മാന്ത്രികച്ചതുരം (Templar Magic Square) എന്നറിയപ്പെടുന്നു. വരിയിലും നിരയിലും ഒരേ വാക്കുകൾ ലഭിക്കുന്നതായി കാണാം.

"Santor Arepo tenet opera rotas" എന്നീ ലാറ്റിൻ വാക്കുകൾ "അറേപോ എന്ന കർഷകൻ ഭൂമി കറങ്ങിക്കൊണ്ടിരിക്കുന്നു" എന്ന് വ്യാഖ്യാനിച്ചു. ഒന്നാം നൂറ്റാണ്ടിൽ ഇറ്റലിയിലെ പോംപീ (Pompeii) യിൽ നിർമ്മിക്കപ്പെട്ട ഈ മാന്ത്രികച്ചതുരം പത്തൊമ്പതാം നൂറ്റാണ്ടുവരെ യൂറോപ്യൻ രാജ്യങ്ങളിലും അമേരിക്കയിലും അഗ്നിബാധ, രോഗബാധ, മാരകവിപത്തുക്കൾ എന്നിവയിൽനിന്നുള്ള സംരക്ഷണത്തിന് ഉപയോഗിച്ചിരുന്നു. മദ്ധ്യകാലത്ത് റോമിൽ ഈ മാന്ത്രികച്ചതുരം വീട്ടുപകരണങ്ങളിലും വെള്ളം കുടിക്കാനുപയോഗിക്കുന്ന പാത്രങ്ങളിലും ഉപയോഗിച്ചിരുന്നു. ഇത്തരം മാന്ത്രികച്ചതുരങ്ങൾ വീടിന്റെ കവാടത്തിൽ തൂക്കിയിട്ടിരുന്നാൽ പിശാചുകൾ അകന്നുപോകുമത്രെ.

കേരളത്തിലും ശത്രുക്കളെ ജയിക്കാനും, രോഗംമാറ്റാനും, ഭൂതപ്രേതപിശാചുക്കളെ അകറ്റാനും മാന്ത്രികച്ചതുരങ്ങൾ ഉപയോഗിച്ചിരുന്നു. അക്കങ്ങളും അക്ഷരങ്ങളും ഉൾപ്പെട്ടിരുന്ന മാന്ത്രികച്ചതുരങ്ങൾ അക്കപ്പടങ്ങൾ എന്നാണ് അറിയപ്പെട്ടിരുന്നത്. വയലുകളിലെ വിളവുകൾ നശിപ്പിക്കുന്ന വന്യജീവികളെ അകറ്റാനും, ചാഴിബാധ തടയാനും, പുഴുക്കേട് ഏല്ക്കാതിരിക്കാനും അക്കപ്പടങ്ങൾ വരച്ച് വയലിൽ തൂക്കിയിടാറുണ്ടായിരുന്നു.

മാന്ത്രികചച്ചതുരത്തെപ്പറ്റിയുള്ള ഇത്തരം വിചിത്രമായ വിശ്വാസങ്ങൾ സൂചിപ്പിക്കുന്നത് മാനവസംസ്കാരത്തിന്റെ ആരംഭം മുതൽ തന്നെ മാന്ത്രികചച്ചതുരം അവരുടെ ജീവിതത്തിൽ അനല്പമായ സ്വാധീനം ചെലുത്തിയിരുന്നു എന്നതാണ്. സംഖ്യകളിൽനിന്നും ഗണിത ശാസ്ത്രത്തിൽനിന്നും മനുഷ്യന് ഒരിക്കലും അകന്ന് ജീവിക്കാൻ സാദ്ധ്യമല്ല. കാരണം ഗലീലിയോ സൂചിപ്പിച്ചതുപോലെ പ്രകൃതി എന്ന മഹത്തായ ഗ്രന്ഥം ഈശ്വരൻ രചിച്ചിരിക്കുന്നത് ഗണിതചിഹ്നങ്ങൾ ഉപയോഗിച്ചാണ്.

അക്ഷരം കാണാൻ

നിങ്ങൾക്ക് ഒരുപാട് സുഹൃത്തുക്കൾ ഉണ്ടാകും. പുതിയ പുതിയ സുഹൃത്തുക്കൾ ഉണ്ടായിക്കൊണ്ടിരിക്കുകയും ചെയ്യും.

പുതുതായുള്ള പല സുഹൃത്തുക്കളും നിങ്ങളുടെ പേര് അന്വേഷിക്കും. പേരിന്റെ ആദ്യാക്ഷരം പറയുന്ന ഒരു കളി നിങ്ങൾക്ക് സുഹൃത്തുക്കളുടെ, പുതിയ സുഹൃത്തുക്കളുടെ ഇട യിൽ പരീക്ഷിക്കാം.

നിങ്ങളോട് പേരു ചോദിക്കുന്ന സുഹൃത്തിനോട് നിങ്ങൾ പറയേണ്ടതിതാണ്: "എന്റെ പേരിന്റെ ആദ്യത്തെ അക്ഷരം കാണാൻ. 4 ചോദ്യങ്ങൾ നിങ്ങൾക്ക് ചോദിക്കാം. ഞാൻ അതെ അല്ലെങ്കിൽ അല്ല എന്ന് ഉത്തരം പറയും. എന്റെ പേരിന്റെ ആദ്യാ ക്ഷരം നിങ്ങൾക്ക് പറയാൻ സാധിക്കുമോ?"

സുഹൃത്ത് തീർച്ചയായും അത്ഭുതപ്പെടും. ഇംഗ്ലീഷ് അക്ഷ രമാലയിൽ ആകെ 26 അക്ഷരങ്ങളുണ്ട്. രണ്ടെണ്ണം അല്ല എന്ന് പറഞ്ഞതിനാൽ ഒരുപക്ഷേ, 'എ' ആണോ 'ബി' ആണോ 'സി' ആണോ എന്നിങ്ങനെ 24 പ്രാവശ്യം ചോദിക്കേണ്ടിവരും. 24 വേണ്ടിവരില്ല.നാല് ചോദ്യങ്ങൾ കൊണ്ട് ഏതു പേരിന്റെയും ആദ്യാക്ഷരം കണ്ടുപിടിക്കുന്നത് ശ്രമകരമായ ജോലി തന്നെ. സുഹൃത്ത് പരാജയപ്പെട്ടാൽ നിങ്ങൾക്ക് അതിനുള്ള ഗണിത ശാസ്ത്ര രീതി വിശദീകരിക്കാം. അതിങ്ങനെയാണ്.

ഇംഗ്ലീഷ് അക്ഷരമാലയിൽ എ മുതൽ ഇസഡ് വരെ 26 എണ്ണമാണല്ലോ.

1	2	3	4	5	6	7	8	9
A	B	C	D	E	F	G	H	I
10	11	12	13	14	15	16	17	18
J	K	L	M	N	O	P	Q	R
19	20	21	22	23	24	25	26	
S	T	U	V	W	X	Y	Z	

ഇനി 26 അക്ഷരങ്ങളിൽ ഏറ്റവും മദ്ധ്യത്തിലുള്ളത് M ആണ് (N ഉം ആകാം). നിങ്ങളുടെ ചോദ്യം പേരിന്റെ ആദ്യാക്ഷരം ക്രമത്തിൽ M ന് മുകളിലുള്ള അക്ഷരമാണോ എന്നായിരിക്കണം. അതെ അല്ലെങ്കിൽ 'അല്ല' എന്നാണ് സുഹൃത്ത് പറയേണ്ടത്. 'അതെ' എന്നാണെങ്കിൽ ഇനി A മുതൽ L വരെ പരിശോധിച്ചാൽ മതിയാകും. അല്ല എന്നാണെങ്കിൽ M ന് ശേഷമുള്ള Nമുതൽ Z വരെയുള്ള അക്ഷരങ്ങൾ മാത്രം പരിശോധിച്ചാൽ മതിയാകും. അതായത് ഒറ്റച്ചോദ്യംകൊണ്ട് തന്നെ 26 അക്ഷരങ്ങളിൽ 13 എണ്ണം ഒഴിവാക്കപ്പെടുന്നു. സുഹൃത്തിന്റെ പേര് M എന്ന അക്ഷരത്തിൽ തുടങ്ങുന്നുവെങ്കിൽ ഒറ്റച്ചോദ്യം കൊണ്ടുതന്നെ ഉത്തരം കണ്ടെത്തിയതിൽ അഭിമാനിക്കാം.

M ന് മുകളിലുള്ള അക്ഷരങ്ങളിലാണ് പേര് തുടങ്ങുന്നത് എന്ന് മനസ്സിലാക്കിയാൽ ഈ സെറ്റ് അക്ഷരങ്ങളുടെ മദ്ധ്യത്തിലുള്ള അക്ഷരം കണ്ടുപിടിക്കുക. F അല്ലെങ്കിൽ G സ്വീകരിക്കാം. F സ്വീകരിക്കുകയാണെങ്കിൽ ക്രമത്തിൽ F ന് മുകളിലുള്ള അക്ഷരമാണോ എന്നായിരിക്കണം രണ്ടാമത്തെ ചോദ്യം. അതെ എങ്കിൽ പേരിന്റെ ആദ്യാക്ഷരം തുടങ്ങുന്നത് A മുതൽ E വരെയുള്ള അക്ഷരത്തിലായിരിക്കും. അല്ലായെങ്കിൽ G മുതൽ L വരെയുള്ള അക്ഷരമായിരിക്കും.

'അതെ' എന്ന ഉത്തരത്തിന് A മുതൽ E വരെയുള്ള അക്ഷ

രങ്ങൾ പരിശോധിക്കണം. ഇതിന്റെ മദ്ധ്യത്തിലുള്ളത് C ആണ്. ഇത് മൂന്നാമത്തെ ചോദ്യമാണല്ലോ. അടുത്ത ചോദ്യം C ക്ക് മുകളിലുള്ള അക്ഷരമാണോ എന്നതായിരിക്കും. അതെ എങ്കിൽ A, B എന്നതിൽ ഏതെങ്കിലും അക്ഷരമാണ് എന്ന് ഉറപ്പിക്കാം... ഇനി ഒരു ചോദ്യം മാത്രമേ വേണ്ടൂ. ആദ്യാക്ഷരം A ആണോ? അതെയെങ്കിൽ A അല്ലായെങ്കിൽ B

മറ്റ് ഉത്തരങ്ങളിലും ഇതേ രീതി സ്വീകരിച്ച് ശരിയായ അക്ഷരം കണ്ടുപിടിക്കാം. ഓരോ തവണയും ആകെ പരിശോധിക്കേണ്ടുന്ന അക്ഷരങ്ങൾ പകുതിയാക്കപ്പെടുന്നു എന്നതാണ് ഈ രീതിയുടെ പ്രത്യേകത. ഒരു വിധത്തിലുള്ള കെണിയിലാക്കലാണ് ഇതെന്ന് പറയാം.

അക്ഷരഗണിതം

ഗണിതശാസ്ത്രത്തിന്റെ അടിസ്ഥാനം സംഖ്യകളാണെന്നു പറയാം. അക്കങ്ങൾ ചേർന്നാണ് സംഖ്യകളുണ്ടാവുന്നത്. സംഖ്യകളുടെ എണ്ണത്തിന് പരിമിതി ഇല്ല. എങ്കിലും അക്കങ്ങൾ പത്തെണ്ണമേയുള്ളൂ. 0,1,2,3,4,5,6,7,8,9 എന്നിങ്ങനെ പത്ത് അക്കങ്ങൾ മാത്രം.

സംഖ്യകൾക്കെല്ലാം സ്ഥിരമായ വിലകളുണ്ട്. അതിനാൽ ഇവ സ്ഥിരങ്ങൾ (Constants) എന്നറിയപ്പെടുന്നു. സ്ഥിരങ്ങളല്ലാത്ത സംഖ്യകളെപ്പറ്റി നമുക്ക് പലപ്പോഴും പരിഗണിക്കേണ്ടിവരും. ഉദാഹരണമായി ഒരു സ്ഥലത്തെ താപനില മാറിക്കൊണ്ടിരിക്കുമെങ്കിലും എപ്പോഴും ഒരു സംഖ്യയായിരിക്കും. ഒരേ സംഖ്യ അല്ലെന്നു മാത്രം. മാറിക്കൊണ്ടിരിക്കുന്ന സ്ഥിരമല്ലാത്ത ഇത്തരം സംഖ്യകൾ ചരങ്ങൾ (Variables)എന്നാണ് അറിയപ്പെടുന്നത്. നിശ്ചിതവിലയില്ലാത്ത ഇത്തരം സംഖ്യകളെ സാധാരണയായി a,b, c.... എന്നിങ്ങനെയുള്ള അക്ഷരങ്ങൾ ഉപയോഗിച്ചാണ് സൂചിപ്പിക്കാറുള്ളത്. ഇങ്ങനെയുള്ള കണക്കുകൾ കൈകാര്യം ചെയ്യുന്ന ശാഖ ബീജഗണിതം (Algebra) എന്നറിയപ്പെടുന്നു എന്ന് നാം മനസ്സിലാക്കിയല്ലോ.

ഒരു പ്രശ്നത്തിൽ അക്ഷരങ്ങളെ തന്നെ സ്ഥിരമായി കണക്കാക്കുന്ന ഒരു വിഭാഗമുണ്ട് ഗണിതത്തിൽ. നമുക്ക് ഒരു ഉദാഹരണം പരിശോധിക്കാം.

T W O + T W O = F O U R

ഇത് സത്യമായ ഒരു വാക്യമാണ്.
2+2=4. പക്ഷേ, അക്കത്തിനുപകരം അക്ഷരത്തിലാണ് എഴുതിയിരിക്കുന്നത്. ഒരു അക്കമായ 2 നെ മൂന്ന് അക്ഷരങ്ങൾ ഉപയോഗിച്ച് എഴുതിയിരിക്കുന്നു. ഇത് ഒരു മൂന്നക്കസംഖ്യയായി പരിഗണിച്ചാലോ? നമുക്ക് മൂന്നക്കമുള്ള ഒരു സംഖ്യയുടെ തുക നാലക്കമുള്ള ഒരു സംഖ്യയായി മാറുന്നു.
ഇതിലെ ഓരോ അക്ഷരവും ഓരോ അക്കമായി പരിഗണിച്ചാൽ ഈ അക്ഷരങ്ങൾക്ക് നിശ്ചിത വില കാണാൻ പറ്റുമോ?
മൂന്നിലും O ഉണ്ട്. O യ്ക്ക് ഒരു വില മാത്രമേ പാടുള്ളൂ. അതുപോലെ മറ്റ് അക്ഷരങ്ങൾക്കും ഒരു വില മാത്രം

7 6 5 +
7 6 5
1 5 3 0 ആണല്ലോ

ഇവിടെ T = 7, W = 6, O = 5, F = 1, U = 3, R = 0

അപ്പോൾ T W O
\+ T W O
= F O U R

എന്നത് സംഖ്യകളുടെ കാര്യത്തിൽ ശരിയായി. ഇത്തരം പ്രശ്നങ്ങൾ അക്ഷരഗണിത പ്രശ്നങ്ങൾ (Alfa - numeric puzzles) എന്നാണ് അറിയപ്പെടുന്നത്.

ഇത്തരം പ്രശ്നങ്ങളിൽ 10 അക്ഷരങ്ങൾ മാത്രമേ ഉപയോഗിക്കാൻ പാടുള്ളൂ. പക്ഷേ 27 അക്ഷരങ്ങൾ ഏതുമാവാം. ഒരക്ഷരത്തിന് ഒരക്കം മാത്രമേ പാടുള്ളൂ.

ആ ആപ്പിൾ തിന്നൂ

നമുക്ക് കൂടുതൽ പണമയച്ചു കിട്ടി. ഇനി അല്പം ഭക്ഷണ മാവാം. കുറച്ച് ആപ്പിൾ കാണുന്നുണ്ട്. ആ ആപ്പിൾ നമുക്ക് തിന്നാം.

ആ ആപ്പിൾ തിന്നുക എന്നത് നമുക്ക് ഇംഗ്ലീഷിൽ E A T T H A T A PP L E എന്നെഴുതാം. ഇത് മൂന്ന് വാക്കുകളാണ്. 3, 4, 5 അക്ഷരങ്ങളുള്ള വാക്കുകൾ. ഇതിനെ ഗണിതത്തിലെ സങ്കലനഫലമായി താഴെകൊടുത്തിരിക്കുന്ന രീതിയിൽ എഴുതാം.

```
    E A T+
  T H A T
---------
A P P L E
```

സാധാരണ സംഖ്യകളിൽ തുടങ്ങുന്ന അക്കം 0 ആകാൻ സാദ്ധ്യത ഇല്ലാത്തതിനാൽ A = 1 ആയിരിക്കും എന്ന് ഉറപ്പിക്കാം. കാരണം T എന്ന ഒരു അക്കത്തോട് E + H കൂട്ടിയാൽ കിട്ടുന്ന അക്കം മാറ്റിയത് കൂട്ടിയാലും 2 ന് സാദ്ധ്യതയില്ല. T യോട് 1 കൂട്ടിയപ്പോൾ രണ്ടക്കം കിട്ടണമെങ്കിൽ Tയുടെ സാദ്ധ്യതയുള്ള അക്കം 9 ആണ്. E = 9 സ്വീകരിച്ചാൽ 9 + 9 = 18 ആയതിനാൽ E = 8 എന്ന് കിട്ടുന്നു.

അതിനാൽ സമവാക്യം,

```
    8 1 9 +
  9 H 1 9
 1 P P L 8
```

എന്നതിൽ നാം എത്തിച്ചേരുന്നു.

1 + 1 = 2 ആയതിനാൽ L = 3 ആയിരിക്കും.

ഇതു പ്രകാരം,

```
    8 1 9 +
  9 H 1 9
 1 P P 3 8
```

എന്ന് നമുക്ക് ലഭിക്കുമല്ലോ.

1 + 1 = 3 എന്ന് കിട്ടിയതിനാൽ നൂറാം സ്ഥാനത്തേക്ക് അക്കം മാറ്റാനില്ല. അപ്പോൾ 8 + H = P ആയിരിക്കണം. ഇതേ P ഉത്തരത്തിൽ ആയിരം സ്ഥാനത്ത് ഉണ്ടാവണം. അപ്പോൾ P ഒരു ചെറിയ അക്കമായിരിക്കണമെന്ന് നിർബ്ബന്ധമാണ്. 1 ഉപയോഗിച്ചുകഴിഞ്ഞു. അപ്പോൾ ഇനി പരിഗണിക്കാവുന്നത് P = 0 ആണ്. P = 0 ആയാൽ H = 2 എന്ന് കിട്ടും. അതായത് നമുക്ക് EAT THAT APPLE എന്നത് 819 + 9219 = 10038 എന്ന് ലഭിക്കുന്നു.

വേഗം പണമയക്കൂ

നമ്മുടെ നിത്യജീവിതത്തിൽ പണത്തിന് വലിയ പ്രാധാന്യമുണ്ട് എന്നത് ഒരു സത്യമാണ്. നമുക്ക് ആരെങ്കിലും പണമയക്കാനുണ്ടെങ്കിൽ കൂടുതൽ പണമയക്കൂ എന്ന് പറയുന്നത് സ്വാഭാവികം. ഇതിനെ നമുക്ക് ഇംഗ്ലീഷിൽ

S E N D M O R E M O N E Y എന്ന് പറയാം.

ഇത് നാലക്ഷരങ്ങളുള്ള രണ്ട് വാക്കുകളും അഞ്ചക്ഷരമുള്ള ഒരു വാക്കുമാണല്ലോ. നമുക്കിതിനെ നാലക്കമുള്ള രണ്ട് സംഖ്യകളും അഞ്ചക്ഷരമുള്ള ഒരു സംഖ്യയുമായി പരിഗണിക്കാം. ഒരു അക്ഷരഗണിതപ്രശ്നമെന്ന നിലയിൽ നാലക്കമുള്ള രണ്ട് സംഖ്യകളുടെ തുക ഒരു അഞ്ചക്കസംഖ്യ ആയി കണക്കാക്കിയാൽ SEND + MORE = MONEY എന്ന് കിട്ടും.

ഇവിടെ S , E , N , D , M , O , R , Y എന്നിങ്ങനെ 8 ഇംഗ്ലീഷ് അക്ഷരങ്ങളാണ് ഉപയോഗിക്കുന്നത്. സ്വാഭാവികമായും 8 അക്കങ്ങൾ മാത്രമേ ഉപയോഗിക്കാൻ പാടുള്ളൂ.

സാധാരണയായി സംഖ്യകൾ എഴുതുമ്പോൾ ആദ്യ അക്കം 0 എഴുതാറില്ല. 037, 00432 എന്നൊന്നും നാം സാധാരണയായി എഴുതാറില്ലല്ലോ. അതിനാൽ ഇത്തരം ഉദാഹരണങ്ങളിലും

ആദ്യത്തെ അക്ഷരം 0 ത്തെ സൂചിപ്പിക്കാറില്ല. (പക്ഷേ, ഇത് നിർബ്ബന്ധമില്ല. ചില ഉദാഹരണങ്ങളിൽ അങ്ങനെ വേണ്ടിവന്നേക്കാം.)

S E N D +
M O R E
M O N E Y

എന്ന ഉദാഹരണത്തിൽ അക്ഷരങ്ങൾ സ്ഥാനവിലയ്ക്കനുസരിച്ച് എഴുതിയിരിക്കുന്നു. ഇത് വാക്കുകളാണെങ്കിലും നമുക്കിത് സംഖ്യകളാണ്. അതിനാൽ നമുക്കിത് 3 സംഖ്യകളായി പരിഗണിക്കാം.

ഇവിടെ രണ്ട് സംഖ്യകൾ M ൽ തുടങ്ങുന്നു. സാധാരണ രീതി അനുസരിച്ച് M ന് പൂജ്യം പാടില്ല എന്ന് നാം നിശ്ചയിക്കുന്നു. അപ്പോൾ പിന്നെ സാദ്ധ്യതയുള്ള അക്കം ഒന്നോ രണ്ടോ ആയിരിക്കും.

രണ്ട് എന്ന അക്കത്തിന് സാദ്ധ്യതയുണ്ടോ ? S + M = M O ആണ്. Mന് 1 അഥവാ 2 ന് മാത്രമേ സാദ്ധ്യതയുള്ളൂ എന്നതിനാൽ M O N E Y യിൽ ഉള്ള M ന് 1 എന്ന അക്കത്തിനാണ് കൂടുതൽ സാദ്ധ്യത. ആ സാദ്ധ്യതകൊണ്ട് നമുക്ക് മുന്നോട്ടു പോകാം.

അതായത് M = 1

നമുക്ക് ഇത്

S E N D +
1 0 R E
1 0 N E Y

എന്ന് കിട്ടും.

ഇവിടെ S + 1 =O

ഇതേ O ആണ് 10 R E ലെ നൂറാം സ്ഥാനത്തെ അക്കം. അപ്പോൾ N നോട് 9 കൂട്ടിയാലേ MONEY ൽ ഉള്ള Mന് 1 കിട്ടുകയുള്ളൂ. അപ്പോൾ S = 9 എന്ന് കാണാം.

അതായത്

9 E N D+

1 O R E

10N E Y

എന്ന് കിട്ടുന്നു.

9 + 1 = 10 ആയതിനാൽ 0 = 0 എന്ന വില നമുക്ക് പരിശോധിക്കാം.

അപ്പോൾ

9 E N D +

1 0 R E

10 N E Y എന്ന് കിട്ടും.

E + 0 = N കിട്ടണം. E എന്നത് 0 , 1 , 9 , എന്നിവ ആകാൻ പാടില്ല. E രണ്ട് സ്ഥലത്ത് ഇനിയും ആവർത്തിക്കുന്നുണ്ട്. E + 0 = N ആയതിനാൽ E ഉം N ഉം അടുത്തടുത്ത അക്കങ്ങൾ ആയിരിക്കും. കാരണം N + R = E ആണ്. N + R കൂട്ടിയാൽ 1 എന്ന ഒരക്കം മാത്രമേ നൂറാം സ്ഥാനത്ത് മാറ്റാൻ ഉണ്ടാവുകയുള്ളൂ. മാറ്റാൻ അക്കമില്ലെങ്കിൽ E + 0 = N ന് പ്രസക്തിയില്ല. അഥവാ E + 1 = N എന്ന് അനുമാനിക്കാം. D + E = Y ആയതിനാൽ E അഞ്ചോ അതിൽ കൂടുതലോ ആകാൻ സാദ്ധ്യതയുണ്ട്. നമുക്ക് E = 5എന്ന് തല്ക്കാലം പരിഗണിച്ചാൽ N = 6 ആയിരിക്കും.

അതായത് നമ്മുടെ സമവാക്യം

9 5 6 D+
1 0 R 5
10 6 5 Y

എന്ന് ലഭിക്കും.

ഇനി R, D, Y എന്നീ അക്ഷരങ്ങൾക്കാണ് നാം അക്കങ്ങൾ കണ്ടുപിടിക്കേണ്ടത്. 6 + R = 5ആയതിനാൽ R = 9 ആകാം. പക്ഷേ, S = 9എന്ന് എടുത്തു കഴിഞ്ഞു. മാത്രമല്ല D + 5 = Y ആയതിനാൽ 1 പത്താംസ്ഥാനത്ത് വരാനുമുണ്ട്. അപ്പോൾ R = 8ആയിരിക്കും.

നമുക്ക്

9 5 6 D
1 0 8 S
10 6 5 Y

എന്ന് കിട്ടും.

നാം 0, 1, 5, 6, 8, 9 എന്നീ അക്കങ്ങൾ ഉപയോഗിച്ചു കഴിഞ്ഞു. 2, 3, 4, 7 എന്നീ അക്കങ്ങൾ മാത്രമേ ഇനി ബാക്കിയുള്ളൂ. അപ്പോൾ D യും Y ഉം തമ്മിൽ 5 ന്റെ വ്യത്യാസം വേണം. D + 5 = Y എന്നത് രണ്ടക്കസംഖ്യയും ആവണം. അതായത് D = 7, Y = 5 എന്നീ സാദ്ധ്യതകൾ മാത്രമേയുള്ളൂ. അതായത്

S E N D+
M O R E
M O N E Y ക്ക്

9 5 6 7
1 0 8 5
10 6 5 2 എന്നത് ശരിയാകും

ഇവിടെ നാം M = 0 ആകാൻ പാടില്ല എന്ന് നിഷ്കർഷിക്കുകയുണ്ടായി. M = 0 ആയാൽ താഴെ കൊടുത്തിരിക്കുന്ന ഉത്തരങ്ങൾകൂടി നമുക്ക് ലഭിക്കും.

```
  7429 +         3712 +
  0814           0467
 08243          04179

  3821 +         6415 +
  0468           0734
 04289          07149
```

മറ്റ് വല്ല ഉത്തരത്തിനും സാദ്ധ്യതയുണ്ടോ എന്ന് നിങ്ങൾ പരിശോധിക്കുമല്ലോ.

www.ingramcontent.com/pod-product-compliance
Lightning Source LLC
LaVergne TN
LVHW041231150826
845673LV00008B/2347